சிப்பாயி

(காவு போன கதை)

மு.ராஜேந்திரன்

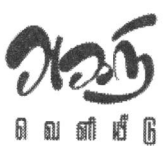

வெளியீடு

AKANI BOOKS PUBLICATION SERIAL No : 223

ISBN: 978-93-93866-81-3

Chippayi (Two Short Novels)
© M.Rajendran

First Edition	:	November - 2024
Pages	:	176
Laser Print	:	R.S.GOBIKA
Wrapper	:	Lark Baskaran
Printing	:	M.V. Offset prints, Chennai.
Published By	:	AKANI VELIYEEDU, No : 3, Padasaalai Street, Ammaiyappattu Vandavasi - 604 408 Thiruvannamalai District Cell : 94443 60421/ 98426 37637

Price: Rs.220

மு.ராஜேந்திரன்

தன்னுடைய காலாபாணி நாவலுக்காக 2022-ஆம் ஆண்டுக்கான சாகித்திய அகாதெமி விருது பெற்ற மு.ராஜேந்திரன், மதுரை மாவட்டம் திருமங்கலத்திற்கு அருகிலுள்ள வடகரை கிராமத்தில் பிறந்தவர். முதுகலை ஆங்கில இலக்கியமும் சட்டமும் படித்தவர். ஐ.ஏ.எஸ். தேர்விற்காக வரலாற்றை ஒரு பாடமாக எடுத்துப் படித்த பிறகு, அவரின் முழு ஆர்வமும் வரலாற்றின்மீதே திரும்பியது. வரலாற்றைத் தேடி பயணிப்பதில் தீராத ஆர்வம் உள்ளவர்.

இயற்கைப் பாதுகாப்பு செயல்பாட்டாளர். திருவண்ணாமலை மாவட்ட ஆட்சியராய் இருந்தபோது, மக்கள் சக்தியுடன், தனியார் வசம் 99 வருசம் குத்தகைக்கு விடப்பட இருந்த கவுத்தி வேடியப்பன் மலைகளைக் காத்தவர்.

மாவட்டத்தில் உள்ள அனைத்து மலைகளிலும் பத்து லட்சம் விதை களைத் தூவி, மலைவளம் காத்தவர். மாவட்டத்தில் இருக்கும் ஆயிரம் ஆண்டுகாலப் பழமையான கோவில்களில் உள்ள கல்வெட்டுகளைத் தொல்லியல் துறை உதவியுடன் படியெடுத்தவர்.

திருக்குறளில் உள்ள உள்நாட்டு வெளிநாட்டுச் சட்டக்கூறுகள் என்ற தலைப்பில் முனைவர் பட்டம் பெற்றவர்.

1998ஆம் ஆண்டு நடைபெற்ற தஞ்சை தமிழ்ப் பல்கலைக்கழக முதல் பட்டமளிப்பு விழாவில் முனைவர் பட்டம் பெற்ற முதல் மாணவர்.

நூல்கள்:

சோழர் காலச் செப்பேடுகள், பாண்டியர் காலச் செப்பேடுகள், சேரர் காலச் செப்பேடுகள், பல்லவர் காலச் செப்பேடுகள், சட்ட வல்லுநர் திருவள்ளுவர், வடகரை ஒரு வம்சத்தின் வரலாறு, பாதாளி, 1801, யானைகளின் கடைசி தேசம், வெயில் தேசத்தில் வெள்ளையர்கள், செயலே சிறந்த சொல், வண்ணச்சீரடி.

18-ஆம் நூற்றாண்டின் முதல் உரைநடை நூலான ஆனந்தரங்கம் பிள்ளை தினப்படிச் சேதிக்குறிப்பு மற்றும் வந்தவாசிப் போர் - 250. கம்பலை முதல் ஆகிய வரலாற்று நூல்களையும் கவிஞர் அ.வெண்ணிலா வுடன் இணைந்து வெளியிட்டுள்ளார்.

பெற்ற விருதுகள்:

- **காலாபாணி நாவலுக்காக** சாகித்திய அகாதெமி விருது.
- **செயலே சிறந்த சொல் நூலுக்காக** தமிழ்நாடு அரசு, தமிழ் வளர்ச்சித் துறையின் சிறந்த நாவலுக்கான முதல் பரிசு.
- **யானைகளின் கடைசி தேசம் நூலுக்காக** தமிழ்நாடு அரசு, தமிழ் வளர்ச்சித் துறையின் சிறந்த நாவலுக்கான முதல் பரிசு.
- **1801 - நாவலுக்காக** மலேசியா, தேசிய நிலநிதி கூட்டுறவுச் சங்கத்தின் டான்ஸ்ரீ கேஆர். சோமா மொழி இலக்கிய அறவாரியம் நடத்திய நான்காவது அனைத்துலகப் புத்தகப் பரிசுப் போட்டியில் 10,000 அமெரிக்க டாலர்கள் பரிசு.

  தமிழ்நூல் வெளியீடு மற்றும் தமிழ் நூல் விற்பனை மேம்பாட்டுக் கழகத்தின் சிறந்த நாவலுக்கான விருது.

  கலை இலக்கியப் பெருமன்றம் மற்றும் நியூ செஞ்சுரி புக் ஹவுஸ் இணைந்து வழங்கும் சிறந்த நாவலுக்கான முதல் பரிசு.

- **வடகரை - ஒரு வம்சத்தின் வரலாறு நூலுக்காக** கோவை மாபொ.சி சிலம்புச் செல்வர் இலக்கிய விருது.

  எஸ்.ஆர்.எம். பல்கலைக்கழகத்தின் புதுமைப்பித்தன் படைப்பிலக்கிய விருது.

- **பாண்டியர் காலச் செப்பேடுகள் நூலுக்காக** தமிழ்நாடு அரசு, தமிழ் வளர்ச்சித் துறையின் சிறந்த நாவலுக்கான முதல் பரிசு.
- **சோழர் காலச் செப்பேடுகள் நூலுக்காக** கவிதை உறவு சிறந்த வரலாற்று நூல் விருது.

  கம்பம் பாரதித் தமிழ்ச் சங்க விருது.

  தினமலர் - இராமசுப்பையர் வரலாற்று நூல் விருது.

இந்நூல்...

1962-ஆம் ஆண்டு, பிறந்த 5-வது நாள் எங்கள் தொழுவத்திற்கு வந்து, அதன் துள்ளலை அடங்காமை எனத் தவறாகப் புரிந்து அதன் கழுத்தில் கயிறு கட்டியதால், மறுநாள் பெயர் வைப்பதற்கு முன்பே இறந்து போன அழகிய **மான்குட்டி**க்கும்,

குதிரை இல்லாத குறையைப் போக்கி, சிறுவனான என்னைத் தன்மேல் சவாரி செய்ய அனுமதித்த பொறுமைமிகு **எருமை நரசு**வுக்கும்,

சந்து பொந்துகளுக்குள் துடுக்குத்தனமாக ஓடி அதிகாலையில் நடமாடிய பல வயதானவர்களைக் கொடாப்பில் (திண்ணையில்) முடங்க வைத்தாலும், அவர்களாலும் விரும்பப்பட்ட **இளம்காளை ராமு**வுக்கும்,

எல்லாக் காலத்திலும் சாதுவாக இருந்து, கன்று ஈன்ற நாள் முதல், கன்று புல் மேயும் காலம் வரை அதீத முரட்டுத்தனம் காண்பித்த **பசு 'கருணை'**க்கும்,

எனது அர்ப்பணம்.

உள்ளே...

- சிப்பாயி　7
- பட்டுக்கட்டி　85

முள்ளடிக் கூலி

மதுரையிலிருந்து பல சரக்கு மூட்டைகளை ஏற்றிக்கொண்டு காரியாபட்டி வரும் காளிமுத்து நாடாரின் மாட்டு வண்டியில் தொத்திக் கொண்டான் உருளக்கட்டை. அவனுக்குக் கொடுக்கப்பட்டிருக்கும் வேலை மிகவும் சவாலானது. அவனது சொந்த ஊர் மதுரைக்குத் தெற்கேயுள்ள வடகாடு. அந்த ஊர் நாட்டாமையின் ஜோடி காளை மாடு காணாமல் போய் இரண்டு நாட்களாகிறது. நாட்டாமை எட்டுத் திசைக்கும் ஆள் அனுப்பி காணாமல் போன காளை மாடுகளைப் பற்றி விசாரிக்கச் சொல்லியிருக்கிறார். உருளக்கட்டைக்கு காணாமல் போன மாடுகள்மீது ரொம்பப் பிரியம். அவன் பலமுறை அந்த மாடுகளை மேய்த்திருக்கிறான். குழுதாடியில் காளைகளுக்குத் 'தண்ணீ' காட்டியிருக்கிறான். பருத்தி விதை, புண்ணாக்கு அரைத்துக் கொடுத்திருக்கிறான்.

அந்த இரண்டு மாடுகளுக்குக் காரி, சிப்பாயி என்று பெயர். காரி காளை ரொம்பவம் சுவாபி. அமைதியானது. பரம்படிக்க, உழுக, வண்டியிழுக்க, கிணற்றில் சால் ஓட்ட, நாட்டாமை வீட்டுக் குழந்தைகளைச் சவாரி ஏற்றிக்கொண்டு போக என்று எந்த வேலைக்கும் நேரம் காலம் பார்க்காமல் மேக்காலில் பூட்டலாம். அதன் ஜோடியான சிப்பாயி, கொஞ்சம் கோபக்காரன். அவனுக்கு நேரம், காலம் முக்கியம். அவனிடம் போகும்போது தார்க்குச்சி அவன் கண்களுக்குத் தெரியக் கூடாது. தெரிந்தால் 'முஷ்' என்று உறுமுவான். காரிக் காளையை முதலில் எழுப்பிவிட்டு, சிப்பாயியை அடுத்து எழுப்பினால் சாதுவாக எழுந்து வருவான்.

நாட்டாமை வீட்டிற்கு வேலைக்குச் சேர்ந்த புதுப் பண்ணைக் காரன் ஒருவன் இந்த விசயம் தெரியாமல் சிப்பாயிடம்

தார்க்குச்சியோடு போய் உசுப்பியிருக்கான். ‘முஷ்’ என்று தலையை உயர்த்தியிருக்கான் சிப்பாயி. அலறி அடித்து ஓடி விட்டான் புது பண்ணைக்காரன். அவன் வேலை பார்த்தது ஒரு நாள்தான். அதனால் மீண்டும் உருளக்கட்டைக்கு காளை மாடுகளைப் பார்க்கும் வேலை நிரந்தரமாகிப் போனது.

உருளக்கட்டைக்குச் சிப்பாயை எப்படிக் கையாளுவது என்று தெரியும். அவன் ஒருவனால் மட்டும்தான் காரியைக் கூப்பிடாமல் சிப்பாயை மட்டும் கூப்பிட்டுப் போக முடியும். பசு போல அவன் கூட வரும். சகதிக்குள் ஏதாவது வெளியூர் மாட்டு வண்டிகள் மாட்டிக் கொண்டால், சக்தியில்லாமல் தடுமாறும் ஒரு பக்க மாட்டை அவிழ்த்து விடுவார்கள். அந்த இடத்தில் சிப்பாயைப் பூட்டுவார்கள். இடது பக்கம் மேக்காலில் கட்டிப் பழக்கப்பட்ட காளை மாட்டை இடது பக்கம் தான் பூட்ட வேண்டும். பெரும்பாலும் மாட்டு வண்டி சகதியில் சிக்கிக் கொண்டால் ஊருக்குள் திடமான காளை மாடு தேடி வருபவனிடம் கேட்கும் முதல் கேள்வி, “ஏப்பா, எந்தப் பக்க மாடு படுத்திருச்சி? வலமா? இடமா?” என்பதுதான். சிப்பாயி மாட்டைத் தேடி வருபவர்களிடம் இந்தக் கேள்வி கேட்கப்பட மாட்டாது.

இடது பக்க மேக்காலாக இருந்தாலும் சரி, வலது பக்க மேக்காலாக இருந்தாலும் சிப்பாயை அந்த இடத்தில் பூட்டினால் சகதியிலிருந்து வண்டியை இழுத்து விடுவான். அப்படிப்பட்ட சிப்பாயையும், சாந்தமான காரிக் காளையையும் எவனோ பிடித்துக்கொண்டு போய்விட்டானே? உருளக்கட்டைக்குக் கண்களில் கண்ணீர் பெருகியது. நாட்டாமை குடும்பமே நொறுங்கிப் போய்விட்டது. பெரியவர்கள் சாப்பிடவே இல்லை. அழுகின்ற குழந்தைகளுக்கு நாட்டாமை வீட்டு அப்பத்தா சமாதானம் சொல்லி சாப்பாடு ஊட்டுகிறது. “சிப்பாயி வந்துருவான்யா. எந்தக் களவாணி புடிச்சுட்டுப் போயிருந்தாலும் அவன முட்டித் தூக்கிப் போட்டுட்டு, காரிக் காளையையும் கூட்டிக்கிட்டு சிப்பாயி வந்துருவான்” என்று குழந்தைகளுக்குச் சமாதானம் சொன்னது.

இரண்டு நாட்களுக்கு முன் நல்ல நிறை அமாவாசை. சித்திரை மாதம் என்பதால் நாட்டாமை வீட்டில் குழந்தைகள்

தவிர பெரியவர்கள் அனைவரும் வீட்டிற்கு முன்புதான் படுத்திருந்தார்கள். தெருவில் பச்சைச் சாணி மொழுகி, கூட்டி விட்டு அதன் மேல் கோரைப்பாய் விரித்துக் கையைத் தலையணையாக வைத்து உருளக்கட்டையும் நாட்டாமையின் காலடியில் படுத்திருந்தான். இன்னும் பத்து நாளில் அழகர் ஆற்றில் இறங்கப் போவதைப் பற்றி நாட்டாமை பேசிக் கொண்டிருந்தார்.

வண்டி மாடு கட்டிக்கொண்டு மதுரைக்குப் போக வேண்டும் என்றும் கூட்டு வண்டிக்கு காரியையும், சிப்பாயையும் பூட்டிப் பழக்கு என்றார் நாட்டாமை.

"அப்புச்சி! சிப்பாயி மொரட்டு வேலையும் செய்வான். கூட்டு வண்டியையும் இழுப்பான்."

"இல்லடா கிறுக்கா, இதுவரை சிப்பாயை, கூட்டு வண்டிக் குப் பூட்டியதில்லை. அதனால் சொன்னேன்" என்றார் நாட்டாமை.

"அத எங்கிட்ட விடுங்க அப்புச்சி. நா சொன்னா சிப்பாயி அப்படியே நிப்பான்" என்றான் உருளக்கட்டை.

பேச்சு சுவாரசியத்தில் ஒவ்வொருவராகத் தூங்கிவிட, சிறு சத்தம் உருளக்கட்டையை உசுப்பியது. சிப்பாயியையும், காரிக் காளையையும் இரண்டு ஆட்கள் பிடித்துச் செல்வது தெரிந்தது. மாடு மேய்க்கிற மாரியப்பன் தண்ணி காட்ட மாடுகளை அழைத்துச் செல்கிறானோ என யோசித்தபடி உருளக்கட்டை கண்களை மூடினான். சிப்பாயி கழுத்திலிருந்த சலங்கையைக் கழட்டுவதும், சிப்பாயி அதற்கு எதிர்ப்பு தெரிவிக்கும் வகையில் உண்டாக்கிய சத்தமும் கேட்டது. எழுந்து உட்கார்ந்தான் உருளக்கட்டை. கோவணம் கட்டி, கறுப்பு நிறத்திலிருந்த இரண்டு நடுவயது ஆட்கள் மாட்டின் சலங்கையைக் கழட்டிக்கொண்டிருந்தனர். உருளக்கட்டை எழுந்து நின்றான். மாடு பிடித்தது நம் ஆள் இல்லை என்று அவன் மனத்தில் பிடிபட்டுவிட்டது.

"டேய் நில்லுங்கடா" எனக் கத்தினான். விர்றென்று ஒரு கல் வந்து உருளக்கட்டையின் காலில் விழுந்தது. ஓடிவந்து நாட்டாமையை உசுப்பினான். விசயத்தைச் சொன்னவுடன்,

நாட்டாமை எழுந்தார். ஆறடி உயரமும் ஆகிருதியான உடம்பும் கொண்ட நாட்டாமை கணநேரத்தில் நிலைமையைப் புரிந்து கொண்டார். தூரத்தில் தெரியும் காளைகளை நோக்கி நடந்தார். அப்பத்தா தடுத்து நிறுத்தியது. "வேணாங்க, போக வேணாம். விடிந்ததும் பாத்துக்கலாம். கல்லு கரடு வச்சிருப்பானுங்க."

நாட்டாமை கேட்கவில்லை. மாடுகளை நோக்கி வேகநடை போட்டார். மறுபடியும் ஒரு கல் வேகமாக வந்தது. அது நாட்டாமையின் காதை உரசிச் சென்றது. நாட்டாமையைப் பெண்கள் பிடித்து நிறுத்தினர். சத்தம் கேட்டு விழித்த நாட்டாமை வீட்டுக் குழந்தைகள் வீறிட்டு அழுதன. நாட்டாமையின் குரல் ஓங்கி ஒலித்தது.

"நடுக்கோட்டைக்காரங்க கம்பெடுத்துக்கிட்டு வடக்குப் பக்கம் வாங்க. கீழக்கோட்டைக்காரங்க ஆயுதங்களோட மேற்கு நோக்கி வாங்க."

"நம்ம காளமாடு சிப்பாயியையும், காரிக் காளையையும் களவாணிப் பயலுக பிடிச்சுட்டுப் போறாங்க."

நடுநிசியில் நாட்டாமையின் குரல் உரத்து ஒலித்தது. மரங்களில் ஓய்விலிருந்த பறவைகள் அதிர்ந்து, தூக்கம் கலைந்து சிறகடித்துப் பறந்தன.

★

பளபள என விடியும் நேரம். காரியாபட்டி சந்தை பேட்டை அருகிலிருந்த காளியப்ப நாடார் கடையில், காளியப்ப நாடார் வாசலைப் பெருக்கி சாணித் தண்ணீர் தெளித்துக் கொண்டிருந்தார். "யோவ், ஒம்பேரு என்னா சொன்ன?" பலசரக்கு வண்டிக்காரன் அவனது மாடுகளைக் கழட்டியபடி கேட்டான்.

"எம் பேரு உருளக்கட்டை மொதலாளி. சொந்த ஊரு மேற்கே வடகாடு. திருமங்கலம் பக்கத்தில. மொதல்லேயே சொன்னேன். மொதலாளி மறந்துட்டீங்க."

"டேய் கூதர. நான் மொதலாளி இல்லடா. சாணி தெளிக்கி றாரு பாரு அவர்தான் மொதலாளி. ஒன்னைய என் வண்டி கூட மதுரையிலிருந்து கூட்டி வந்த விசயத்தைச் சொல்லணும். இப்ப அவருக்கிட்ட பேசாம அமைதியா கையைக் கட்டிக்கிட்டு

நில்லு" என்று சொல்லிவிட்டு முதலாளியிடம் சென்றான் வண்டிக்காரன். "என்னடா செட்டியார்கிட்ட சிட்டை வாங்கிட்டயா? கச்சாத்து படி பொருள் வாங்கிட்டயில?" என்றார்.

"ஆமா மொதலாளி."

முதலாளி உருளக்கட்டையைப் பார்த்தார்.

"இவன் யாருடா உங்கூட நிக்கிறான்?"

"மதுரையிலிருந்து காரியாபட்டி வர்றேன்னு சொல்லிக்கிட்டு வந்தான். இவன் பேரு உருளக்கட்ட. இவனோட ஊர்ல மாடு காணாப் போச்சாம். ஏதாவது துப்புக் கிடைக்குமான்னு வந்திருக்கிறான்."

"அதெல்லாம் சரி. ஒரு நேரம் மாதிரி ஒரு நேரம் இருக்காது. அறியாத தெரியாத ஆளுகள வண்டி கூட கூட்டிக்கிட்டு வரக் கூடாதுடா" என்ற முதலாளி, "சரி, ஆளப்பாத்தா நல்லப் பயலா தெரியறான். தம்பி, கொளத்துல போய் குளிச்சிட்டு வா. எங்க வீடு கடைக்குப் பின்னால இருக்கு. சாப்பிட்டுப் போய் ஊருக்குள்ள விசாரி."

"எந்த எடத்துல விசாரிக்கணும் மொதலாளி?"

"டேய், நான் கேள்விப்பட்டதுதான். எனக்குச் சரியால்லாம் தெரியாது. இந்த ஊர்ல இருந்து வடக்கே முஷ்டக்குறிச்சி, கல்குளம் அப்படின்னு ஊர்க இருக்கு. அங்கயிருந்து எவனாது சம்பவம் பண்ணியிருப்பான்க."

"மொதலாளி, அந்த ஊர்க இங்கிருந்து எவ்வளவு தூரம்?"

"பதினஞ்சு மைல் இருக்கும்டா. அங்கேயெல்லாம் போறது உனக்கு நல்லதில்ல. கண்ணுக்கெட்டும் தூரம் முள்ளுக்காடு, ஆலமரக்காடு தான் இருக்கும். வழியில யாரும் சரியா பதில் சொல்ல மாட்டானுங்க. காரியாபட்டி சந்தையில ஒக்காரு. சம்பவம் பண்ணுனது நான் சொன்ன ஊருக்காரங்களா இருந்தா ஊருக்குப் புதுசான ஒன்னையக் கண்டுபிடிச்சு வந்து அவனுங்களே பேச்சுக் கொடுப்பாங்க."

"ஏதாவது முரட்டுத்தனமா நடந்துக்குவாங்களா மொதலாளி?"

"தம்பி அவனுங்க வகுத்துப் பசிக்குச் சம்பவம் பண்ணுரவன்க. சித்திரத் திருவிழாவுக்கு நெல்லு சோறு சாப்பிடனும்ல. அதனால பண்ணியிருக்கலாம். எனக்குச் சந்தேகம்தான். இவனுங்க தான் பண்ணுனாங்களா இல்ல ஓங்க ஊருக்கு மேற்கே உள்ள உசிலம்பட்டி ஆட்க பண்ணுனாங்களான்னு எனக்குத் தெரியாது."

"கைல காசிருக்காடா உருளக்கட்ட?"

"இருக்கு மொதலாளி. நாட்டாம கொடுத்து விட்டிருக்கார்."

"நாட்டாம பேரு?"

"முத்துக்கருப்பத் தேவர்."

"வளத்தியா கொஞ்சம் மாநிறமா இருப்பாரே!"

"ஆமாங்கய்யா."

"நம்ம கடையில அவரு அங்கு விலாஸ் பொகையில வாங்கியிருக்காரு. நல்ல மனுசனாச்சேப்பா. அந்த மாதிரி பெரிய இடத்துல இந்த ஊர்க்காரனுங்க கை வைக்க மாட்டானுங்க. அதெல்லாம் கொஞ்சம் பாப்பானுங்க."

"தெரியலைங்க மொதலாளி. எங்கூட யாராவது பேச வந்தாங்கன்னா உங்ககிட்டக் கூட்டிக்கிட்டு வரவா?"

"வேணாம்பா. தொழில் பண்ணுற இடம். நமக்கு வேண்டிய ஆளோட வேலையாளு நீ. நா உங்கிட்ட பேசுனது கூட அதிகம். பேசுனது பேசினபடியிருக்கட்டும். நம்ம பேசினத அப்படியே விட்டுட்டு சந்தைக்குப் போற வேலையப் பாரு."

★

காரியாபட்டி சந்தைமேட்டில் காய்கறிகள், கிழங்குகள் விற்கும் பகுதிக்குள் நடந்தான் உருளக்கட்டை. "ஏதாவது வேணுமாப்பு? வெறுங்கைய வீசிக்கிட்டு வந்திருக்க?" என்றனர் உற்றுப்பார்த்தவர்கள். உருளக்கட்டை சிரித்துக்கொண்டு, "வெளியூர்ண்ணே. மாடு ஒண்ணுத் தேடி வந்தேன்" என்றான்.

"ஆடு மாடத் தேடனும்னா அந்தா கெழக்கப் பாரு ஆடு மாடு சந்தயிருக்கு பாரு, அங்க போ." ஒருவன் கைகாட்டினான்.

உருளக்கட்டை கிழக்கு நோக்கி நடந்தான். களைப்பாக இருந்தது. அங்கிருந்த ஆலமரத்து நிழலில் உட்கார்ந்தான். மாட்டுச் சந்தையில் ஆட்கள் மும்முரமாக விலை பேசிக் கொண்டிருந்தனர். உச்சி வெயில் வந்தபோது அசதியாகயிருந்தது. முதல் நாள் பல சரக்கு வண்டியோடு சேர்ந்து இரவு முழுவதும் நடந்து வந்தது சோர்வைக் கொடுத்தது. நாடார் வீட்டுக் கம்பங்கூழும், கருவாட்டுக் குழம்பும் கிறக்கத்தைக் கொடுத்தன. ஒரு தூக்கம் தூங்கி எழுந்தபோது வயதானவர் ஒருவர் பக்கத்தில் உட்கார்ந்திருந்தார். உருளக்கட்டை எழுந்து உட்கார்ந்தான்.

“என்னப்பு வெளியூரா?“

“ஆமா பெரிசு. வடகாடு. திருமங்கலம் பக்கம்.”

“என்ன இம்புட்டுத் தூரம்?”

“எங்க நாட்டாமையோட காள மாடுக காணாப் போயிருச்சு. தேடி வந்தேன்.”

“ஜோடி மாடா?”

“ஆமா.“

“நெறம்?”

“ஒன்னு காரி. இன்னொன்னு செவப்பு. சிப்பாயினு பேரு.”

“எனக்கு ஒரு நா வேணும். கரெக்டா ஒங்க மாடுக எங்கயிருக்குன்னு சொல்லிருவேன்.”

“சரிப்பூ, ஒன்னிய எப்படி நம்புறது?”

“ஒனக்கு வேற வழி? நம்புனா நம்பு, இல்லைன்னா விட்டுரு.”

“சரி சரி கோவிச்சுக்காத பெருசு. அப்ப நானு நாளைக்கு இதே எடத்துக்கு வரவா?”

“வா, வா. அதுக்கு முன்னாடி எனக்கு முள்ளடிக் கூலி தர்றேன்னு சொல்லு.”

“முள்ளடிக் கூலியா? எம்புட்டுத் தரணும்?“

“காடு மேட்டுக்குள்ள நடந்து போய்த் தான விசாரிக்கணும். இந்தா என் காலப் பாரு. அதுக்கேத்த மாதிரி கொடு.”

வேட்டியை மடித்துக்கட்டி பாதங்களைக் காண்பித்தார் வயதானவர். உள்ளங்காலிலிருந்து முழங்கால் வரை முள் கீறல்கள் இருந்தன. முள் குத்திப் புண்ணாகி, ஆறின இடத்தில் தழும்புகளும் இருந்தன.

"பெரிசு, நீ பாட்டுக்கு காசு வாங்கிட்டு அப்புறம் நீ வரலைன்னா?"

"ஒனக்கு கெழக்கத்தி ஆளுகளப் பத்தி தெரியாது. சொன்னா சொன்னது தான்."

"எவ்ளோ கூலி?"

"அஞ்சு ருவா."

"சரியான தகவலாயிருந்தா இங்க பலசரக்குக் கடையில வாங்கித் தர்றேன். தகவல் சரியா இருந்துச்சுன்னாத்தான் முள்ளடிக் கூலி."

"ரூவாய தயார் பண்ணு" என்றபடி கிளம்பிய கிழவரிடம், "பெரிசு ஓம் பேரு?"

"ம், சொல்லணுமா? சொல்லுறேன். கட்டாக்காளை."

கல்குளம்

காரியாபட்டி போலிசு சரகத்திற்கு உட்பட்ட பெரிய கிராமம் ஆவியூர். ஆவியூரிலிருந்து கிழக்காக 10 மைல் தாண்டினால் கல்குளம். ஊரில் பெரிய கண்மாயும், கண்மாய்க் கரை முழுக்க ஆலமரமாகவும் இருக்கும். இந்த ஊர்ப் பக்கமெல்லாம் போலீசு வந்ததேயில்லை. முதல் காரணம் பாதை வசதியில்லாதது. முள்ளுக் காட்டு வழியாகத்தான் நடந்து போக வேண்டும். இரண்டாவது போலீசு ஆவியூர் கிராமத்திற்கு வந்து விட்டாலே குறுக்கு வழியில் கல்குளத்திற்கு தகவல் வந்து விடும்.

ஊரில் இருப்பது இரண்டு தலைக்கட்டு. இரண்டு பேரும் அண்ணன், தம்பிகள். இவர்கள் இளம் பிராயத்தில் இருந்தபோது தமராக்கி கிராமத்திலிருந்து 15 மைல் தூரத்தை இரண்டு மணி நேரத்தில் வேகநடை போட்டு வந்துவிடுவார்களாம். இப்போ ஊரில் இருப்பது இவர்கள் இருவரின் வாரிசுகள் தான். மூத்தவன் சாத்துடையான் கொடி வாரிசு. இளையவன் மொந்தை கொடி வாரிசு. சாத்துடையானுக்கு ஐந்து மகன்கள். அவர்கள் பெயர் செட்டியார், சுப்பன், கருப்பன், அழகன், ஏழப்பன். சாத்துடையான்தான் முதன்முதலாக கம்பிக்குடி முதலியாரிடம் அனுமதி பெற்று கல்குளம் கண்மாய்க் கரையில் குடியேறியவன். கம்பிக்குடி முதலியாருக்கு இந்த வனாந்திரக் காடும் 20 மைல் சுத்துப்பட்டும் சொந்தம். கண்மாயில் மீன் பிடித்துக்கொண்டு கண்மாய்க்கரை ஆலமரக் காட்டில் இருக்கும் முனியப்பன் கோயிலில் பூசை புனஸ்காரம் செய்யவும் கம்பிக்குடி முதலியார் அனுமதி கொடுத்தார்.

தம்பி மொந்தைக்கும் ஐந்து மகன்கள். அவர்கள் பெயர் மொந்தை, நாதன், கச்சிரியான், மம்முறுக்கி, பெருமாள். இந்தக் குடும்பத்திற்கு ஆரம்பத்தில் வேலை, ஆலமரக் காட்டில் திரியும் காட்டுச் சீவாத்துகளைக் கம்பிக்குடி முதலியாரின் மானாவாரி பயிர் விளையும் வயல்களுக்குள் வராமல் தடுக்க வேண்டும்.

கம்பிக்குடி முதலியார், கல்குளத்திலிருந்து பத்து மைல் தூரம் வரை குதிரைவாலியும், சோளமும், துவரையும், கம்பும் கைவிதப்பாக விதைப்பார். வருடத்தில் மானாவாரிப் பயிர். 3 மாதம் காவல் காக்கும் வேலை மொந்தை குடும்பத்தாருக்கு உரியது. காவல் கூலியாக வருடத்திற்குத் தேவையான சோளம், கம்பு கொடுப்பார்.

கம்பிக்குடி முதலியாருக்கு பிளேக் நோய் வந்து செத்த பிறகு அவரது வீட்டு ஆட்கள் விவசாயம் செய்யவில்லை. மொந்தை குடும்பத்திற்கு எந்த வருமானமும் இல்லாமல் போனது. அண்ணன் சாத்துடையானுக்கு மீன் பிடிக்கத் தெரியும். அவன் தயவில் கண்மாயில் மீன் பிடித்துக்கொண்டு ஆலம்பழங்களைச் சாப்பிட்டு நாட்களைக் கடத்தினர். முஷ்டக் குறிச்சி, செல்குளம், புளியங்குளம் பகுதியில் வேலை தேடிய போது, “யப்பா, உள்ளூர்க்காரங்களுக்கே வேல கெடைக்கல. இதுல அசலூர்க்காரருக்கு எங்கப்பா?” என்று திருப்பி விட்டனர்.

இந்த நேரத்தில் சாத்துடையான், மொந்தை சகோதரர் களின் பத்து மகன்களும் திருமண வயதை அடைந்திருந்தனர். பக்கத்து ஊர்களில் பெண் கேட்க முடியாது. ஜாதி வித்தியாசம் இருக்கிறது. தமராக்கியிலிருந்து வந்து 20, 30 வருடம் ஆகிவிட்டது. போக்குவரத்தும் இல்லை. வைராக்கியத்தை விட்டு தமராக்கிக்கு ஏகாலியை அனுப்பி சம்பந்தம் பேசிய போது அவர்கள் பேச்சுக் கொடுக்கவில்லை. “சொந்த ஊரில் பொழைக்க ஏலாதவனுக்கு இத்தன வருசம் கழிச்சு எங்க நாவகம் வந்துச்சா? எங்க பொண்ணு கேக்குதா?” என்று திருப்பிவிட்டனர்.

கல்குளத்திலிருந்து 20 மைல் தள்ளி இருந்த விளத்தூர், ராங்கியம் ஊர்களில் பத்து மகன்களுக்கும் திருமணம்

பேசியாகிவிட்டது. நல்ல முகூர்த்த நாள் இரவில் திருமணம். திருமணத்தில் தாலி கட்டும் வழக்கம் இல்லை. பத்துக் கருக மணிகளை எடுத்துக் கொடுத்த விளத்தூர் பூசாரிக்குத் திடீரென சாமி வந்துவிட்டது. உடலை முறுக்கி, நாக்கைத் துருத்தி கைகளை மேலே தூக்கி அதட்ட ஆரம்பித்தார். “யார்டா முழுசா விசாரிக்காம பத்துப் பொட்டப் பிள்ளைக பொழப்ப கெடுக்கப் பாத்தவன். கூப்பிடுறா மாப்பிள்ளை வீட்டுக்காரன்களை” என்று கூச்சலிட்டார். ஊர் முறைப்படி தோளிலிருந்த துண்டை எடுத்து இடுப்பில் கட்டிய சாத்துடையானும் மொந்தையும், “சாமி உங்க வார்த்தைக்குக் கட்டுப்படுறோம், என்ன தகவல் வேணும்?” என்றனர்.

“உங்க ரெண்டு பேரைப் பத்தியும்தான்டா.”

“கேளுங்க சாமி.”

“ஒங்க ரெண்டு பேரு பொண்டாட்டிக எந்த ஊருடா?”

“தமராக்கி சாமி.”

“அந்த ஊர்ல உங்களோட பத்துப் பிள்ளைகள்ல ஒருத்தனுக்குக் கூட பொண்ணு கிடைக்கலையாடா?”

“இல்ல சாமி. எங்களுக்கும் ஊருக்கும் கொள்வினை கொடுப்பினை இல்லைன்னு சத்தியம் பண்ணிட்டுத்தான் தமராக்கிலயிருந்து கிளம்பினோம். அதனால அங்க பொண்ணு கேக்க முடியாது.”

“கைச் சத்தியமா? பால்ல சத்தியமா?”

“பால்ல சத்தியம் பண்ணோம் சாமி.”

“சத்தியம் பண்ணுவதற்கான காரணம்?”

“தமராக்கியிலிருந்து கம்பிக்குடி முதலியார் வீட்டுல பண்ணைக்குப் போறது எங்க சொந்தக்காரங்களுக்குக் கேவலமா யிருந்துச்சு. அதனால போக வேணாம்னு சொன்னாங்க. நாங்க அத மீறி வந்ததால திரும்ப தமராக்கிக்கு வரக் கூடாதுன்னு சத்தியம் வாங்கிக்கிட்டாங்க.”

பூசாரி ஆசுவாசப்படுத்திக் கொண்டார். வேப்பிலையும், மஞ்சளும் சேர்த்துக் கரைத்துக் கொடுத்த தண்ணீரைக் குடித்து ஏப்பம் விட்டார். அண்ணன் தம்பியும் பத்து மகன்களும் கைகட்டி நின்று கொண்டிருந்தனர்.

“சரிப்பா, உம்மைய மறைக்காம சொல்லு. எங்க சாமி முனீஸ்வரன் மேல ஆணை.”

“எங்க முனீயப்ப சாமி மேல ஆணை.”

இடுப்பில் கட்டிய உருமாலைக் கழட்டி வட்டமாகச் சுருட்டி பூசாரி முன்பாக வைத்தார்கள்.

“ஊர் பேரு?”

“கல்குளம்.”

“கல்குளமா? வேற பேர் இருக்கா?

“வேற பேர் இருக்கு சாமி. ஆனா எங்க காது பட சொல்ல மாட்டாங்க.”

“பொழப்புக்கு வழி?”

“கஷ்ட ஜீவனம்தான் சாமி. காட்டு முருங்கை, லச்ச கெட்ட கீரை கொழம்பு வப்போம். மீன் பிடிப்போம். சில வேளையில கத்தாளப் பழம், ஆலம்பழங்களைச் சாப்பிடுறது. காட்டுல திரியற காட, கவுதாரிய பிடிச்சுச் சாப்பிடுறது, இப்படின்னு பொழப்பு ஓடுது சாமி.”

“நல்ல நாளு பெரிய நாளுக்கு, அதாவது தீவாளி, பொங்கலுக்கு நெல்லுச்சோறு உண்டா?”

“கெடச்சாலும் கெடக்கும். கெடக்காட்டியும் இல்ல சாமி.”

“பொத்தாம்பொதுவா சொல்லாத. எனக்கு உங்க சாமி முனியப்பன் சொல்லிட்டான். எல்லாம் அப்பட்டமா தெரியுது. கண்களை மூடிக் கொண்ட பூசாரி பற்களை நறநறவெனக் கடித்தார்.

“கம்மாக்கர, ஆலமரக்காடு, கம்மாயிக்குள்ள நாட்டுக் கருவேல முள்ளுக் காடு, அதுக்குள்ள தண்ணீ, தண்ணீக்குள்ள

குறவ, கெளுத்தி, வெறா மீனுக. கம்மாக்கரையில முனீஸ்வரன் கோயிலு, கரைக்குக் கீழ ஏழு, எட்டு குடிசைக. இது தானப்பா ஓங்க ஜாகை."

"ஆமா சாமி."

"நல்ல நாளுக்கு, நெல்லுக்கஞ்சிக்கு நீங்க என்ன செய்வீங் கன்னு சொல்லுறீயா? நானே சொல்லவா?"

"நானே சொல்லுறேன் சாமி" சாத்துடையான் பதில் சொல்ல ஆரம்பித்தவுடன், தம்பி மொந்தை கைமறித்தார். "வேண்டாம் அண்ணே, இந்த ஊரு நமக்குச் சரிபடாது. நாம கிளம்புவோம்."

பத்து மகன்களும், "ஆமாப்பா, வேணாம் இவங்க சங்காத்தம். கிளம்புவோம்" என்றனர்.

சம்பந்தம் பேசி முடித்த பின் கழுத்தில் கருகமணி கட்டாமல் போகக்கூடாது எனச் சாத்துடையான் முடிவெடுத்துவிட்டார். "டேய்! பெரிய மனுசன் பேசிக்கிட்டிருக்கேன்ல. என்னடா தலையிருக்க வால் ஆடுறது? எனக்குத் தெரியும்பா. நம்ம குடும்பம் தழைக்கனும். பேசாமயிருங்க, நான் பேசிக்கிறேன்" என்று தம்பியையும் பிள்ளைகளையும் அதட்டியவர்,

"சாமி உங்களுக்குத் தெரியாததில்ல. ராத்தொழில் நாங்க விரும்பிச் செய்யுறது இல்ல. நல்ல நாளு பெரிய நாளுக்குச் செலவுக்குச் செய்யுறது உண்டு."

"எங்கப் பிள்ளைகள கட்டிக்கிட்டுப் போயி நீங்க போலீசுல மாட்டிக்கிட்டீங்கன்னா?"

"இதுவர மாட்டிக்கிட்டதில்ல சாமி. இனியும் நடக்காது. நம்பிக்கையா பொண்ணு கொடுக்கலாம். எங்க கடைசிப் பய ஏலப்பன் தலையில அடிச்சு சத்தியம் செய்றேன். நான் ஜவாப்தாரி."

"சரிப்பா, ஒம்பேச்சு எனக்குப் புடிச்சிருக்கு. ஓங்க மகன் ஏலப்பன். எங்க பிள்ள பேரு ஏலத்தா, நல்ல பெயர் பொருத்தம்."

"ஏலப்பன் எங்க வீட்ல கடைசிப் பய சாமி."

"அதனால என்ன? அவனுக்குத்தான் மொதல்ல கலியாணம் நடக்கணும். இன்னிக்கு ராத்திரி. நாளைக்கு ராத்திரி ஒங்க மகனுங்க மத்த ஓம்போது பேருக்கும் நடக்கும். கலியாணம் நடந்ததும் பெண்ணு கட்டிக் கொடுத்தவனுங்க ஒங்க கூடவே உங்க ஊருக்கு வந்துருவானுங்க. நீங்க சாப்பிடுறத அவனுங்களுக்குக் கொடுங்க. ஒரே ஒரு வாக்கு. ராத்தொழிலுக்குப் பொன்னடி வாரிசுகளைக் கூட்டிக்கிட்டுப் போவக் கூடாது."

சாத்துடையானும் மொந்தையும் பாலில் சத்தியம் பண்ணினர். "பொன்னடி வாரிசுகள ராத்தொழிலுக்குக் கூட்டிக்கிட்டுப் போவ மாட்டோம். நாங்க குடிக்கிற கஞ்சியோ, கூழோ அவங்களுக்குக் கொடுத்து காப்பாத்துவோம். அவங்க கையக் கால ஊண்டி எந்திரிக்கும் வரை."

ஏழப்பனுக்குத் திருமணம் நடந்தபோது துணை மாப்பிள்ளையாக இருந்த சிறுவன்தான் கட்டாக்காளை.

கட்டாக்காளை, காரியாப்பட்டி சந்தையிலிருந்து ஆவியூர் கடக்கும்போதே தகவல் சொல்லிவிட்டார்கள்.

"பெரிசு, கள்ளங்குளம்தானே நீ? ஊருக்குப் போவாதே. உங்க ஆளுக எல்லாம் முஷ்டக்குறிச்சி குருநாதன் கோயிலுக்குப் போயிருக் காங்க. உன்னையும் வரச் சொன்னாங்க."

தன்னுடைய ஊரை கல்குளம் என்று சொல்லாமல் கள்ளங்குளம் என்று சொன்னதைக் கேட்டதும் கோபம் தலைக்கேறியது. இருந்தாலும் எல்லோரும் ரகசியமாகச் சொல்லும் வார்த்தையை ஏதோ பதட்டத்தில் கூறிவிட்டான் எனச் சமாதானம் செய்து கொண்ட கட்டாக்காளை,

"ஏதும் பிரச்சினையா?"

"ஆமா, ராத்தொழில் போய்ட்டு வந்த ஒம்மாமன் சல்லிசோணைக்கு ஒன்னும் அகப்படலையாம். பளபளன்னு விடியற நேரத்தில ஆடு ஒன்னத் தூக்கியிருக்கான். வாசத் தொளிக்க வந்த பொம்பளக சத்தம் போட்டு ஊரக் கூட்டிட்டாளுக. பக்கத்து ஊர்லயே கை வைக்கிறயான்னு சல்லிசோணையப்

பிடிச்சு குருநாதன் கோயில் மரத்துல கட்டி வச்சிட்டாங்க. உங்க ஊர்ச்சனம் பூரா ஆணும் பொண்ணும் அங்கதான்யிருக்கு."

"பொன்னடி வாரிசுக?"

"அவங்க அங்க வரமாட்டாங்கள்ல."

"நானும் பொன்னடி வாரிசுதான். ஆனா ஏழப்பன் மாமனுக்குத் தொண மாப்பிள்ளையா ஊருக்கு வந்தவன். நான் போய்த்தான் ஆவேன்" என்று சொன்ன கட்டாக்காளை குருநாதன் கோயிலை நோக்கி ஓட்டமும் நடையுமாக ஓடினான்.

காரியாபட்டி சந்தையில் உருளக்கட்டைக்குக் கொடுத்த வாக்கை நினைத்துக் கொண்டே ஓடினான். 'சாமி முஷ்டக் குறிச்சி குருநாதன் கோயில் பிரச்சனை சுமூகமா முடியனும். உருளக்கட்டப் பயலுக்கு கொடுத்த வாக்கக் காப்பாத்தணும் நானு.'

நரித்திட்டு

கட்டாக்காளை, ஆவியூரிலிருந்து குறுக்கு வழியில் குருநாதன் கோயிலுக்கு வாயு வேகம் மனோ வேகத்தில் ஓடி வந்தான். கை கால்களில் முள்கள் கீறி ரத்தம் கசிந்தது. கோயிலுக்கு வரும்போது விடியும் நேரம். தூரத்தில் நின்று நிதானித்தான். பெரிய ஊர். தலக்கட்டுகள், சுத்துப்பட்டு அங்காளி பங்காளிகள் அதிகம். கோயில் விசேசம் என்பதால் கிடாக்கறி சாப்பிட வந்த வழிப்போக்கர்களும் இருப்பார்கள். இருட்… பார்த்துப் பழகிய கண்கள், விடிந்தும் விடியாத நேரத்தில் கூட்டத்தை அவதானிக்க சற்றுநேரம் எடுத்துக் கொண்டது. கண்களுக்கு இரு கைகளையும் பாதுகாப்பாக வைத்து விரலிடுக்குகளில் பார்வையைச் செலுத்தினான். சற்றுக் கூட்டமாக இருந்த இடத்தில் சல்லிசோணையைக் கோயில் கல்தூணில் கட்டி வைத்திருந்தார்கள். அவனைச் சுற்றி நின்றவர்கள் முதுகைக் காட்டிக்கொண்டு நின்றார்கள். கவனமாகப் பார்த்ததில் மொந்தை மகன் மொந்தை, ஆல்பாடி, ஏழப்பனின் முதுகுகளை அடையாளம் தெரிந்து கொண்டான். துணிந்து கிட்டப் போகலாமா என யோசித்தான்.

அந்த நேரம் ஒதுங்குவதற்காக ஒரு பெண் கையில் வாளித் தண்ணீருடன் வந்தாள். சிறுவயதிலிருந்தே சகுனம் பார்க்கும் வழக்கம் கொண்ட கல்குளத்தான் என்ற முறையில் ஊர் பெரியவர்கள் சாத்துடையானும் மொந்தையும் ஆலமரத்தடியில் வைத்து கட்டாக்காளையிடம் சொன்னது நினைவிற்கு வந்தது. 'பேதையைப் பூதம் பாயும்.'

ஒரு வேலைக்குப் போகும்போது அனாந்திரக் காட்டில் தனியாக வரும் பெண் மோசமான சகுனம். ஆனால் கையில்

தண்ணீர் வைத்திருக்கிறாள். அது நல்ல சகுனம். கெட்டத நல்லது முறித்து விடும் என்று அவர்கள் சொன்னதை நினைத்துக் கொண்டான். வாயிலிருந்து எச்சியைத் துப்பி முள் சிராய்ப்புகளின்மீது தடவினான். இதமாக இருந்தது. வாளி யுடன் வந்த பெண் கட்டாக்காளையைப் பார்த்து விட்டாள்.

“ஏய்! நீ பக்கத்து ஊர் ஆளுள்ள!”

“ஆமாத்தா.”

“ஒங்க ஊர்க்காரன்தான் மாட்டியிருக்கான். என்ன சாகா* பாக்க வந்தியா?”

“அடுத்த அடுத்த ஊருக்குள்ள சாகா பாக்க என்னாத்தா யிருக்கு. ஆவியூர் போய்ட்டு வந்தேன். சம்பவம் கேள்விப் பட்டேன். என்னன்னு விசாரிச்சுட்டுப் போக வந்தேன்.”

“மாட்டியிருக்கவனுக்கு நீ என்னா வேணும்?”

“யாரு மாட்டியிருக்கா?”

“இதுதானே வேணாங்கிறது? ஒனக்கு ஒன்னும் தெரியாது, நா நம்பனும்.”

“அந்தக் கூட்டத்தில் ஏழப்பன்னு ஒருத்தர் நிக்கிறாரு பாருங்க, முதுகைக் காட்டிக்கிட்டு. அவருக்கு நான் மாப்பிள்ளைத் தோழன்.”

“ஒன்னோட சொந்த ஊரு?”

“விளத்தூர்.”

“சரி சரி போய்ப் பாரு. மாட்டிக்கிட்ட ஆளு மரியாதையா நடந்துக்கிட்டா ஒன்னும் பிரச்சனை இல்ல. பக்கத்து ஊருக்குள்ள சம்பவம் பண்ணுனதுல ஊர் கோவமாயிருக்கு. அதனால பதமா பேசிக் கூட்டிக்கிட்டுப் போ. பொம்பளக வெளிக்கி வர்ற நேரம். இங்க நின்னுக்கிட்டு மொறச்சுப் பாத்துக்கிட்டிருக்காத, கௌம்பு.”

* நோட்டம்

கட்டக்காளை, கூட்டமாகயிருக்கும் இடத்திற்கு வந்தான். ஏழப்பன் முதுகில் தொட்டான். திரும்பிப் பார்த்த ஏழப்பனின் கண்கள் கலங்கியிருந்தன.

"சல்லி அண்ணன், நேத்து ராத்தொழிலுக்கு எப்பவும் போல தனியா போயிருக்காருடா. காரியாப்பட்டி பக்கம். ஒன்னும் அமையல. நம்ம ஊர நெருங்கையில வெறுங்கையா போக வேணாம்னு, கோயில் விசேசம் நடக்குற இந்த இடத்துக்கு வந்திருக்காரு. குறும்ப ஆடு ஒன்னு மாத்திரம் கட்ட அவித்துக் கிட்டு கோயிலுக்குப் பின்னால நின்னுக்கிட்டிருந்திருக்கு. கிரிச்சக் கொட்டியிருக்கார்.* ஒடனே அந்தக் குட்டி சல்லி அண்ணன் பின்னாலே வந்திருச்சு. கூப்பிட்ட ஒடனே வருதேன்னு அண்ணன் ஆட்டுச் சங்க ஒதுக்கல. புடிச்ச ஒடனே அது சங்க ஒதுக்கியிருந்தா அது பாட்டுக்கு முணங்கிக்கிட்டு வந்திருக்கும். சங்க ஒதுக்காததால ஆடு "மே, மே"ன்னு கத்திருச்சு. ஆளுக எந்திரிச்சு வளைச்சுப் பிடிச்சுட்டானுங்க. பஞ்சாயத்துலப் பேசிக்கிட்டிருக்கோம்."

கட்டாக்காளை, சல்லிச்சோணையைப் பார்த்தான். பெரும்பாலும் பெரிய சம்பவங்கள் செய்யப் போக மாட்டார். தனியாகத்தான் தொழிலுக்குப் போவார். சோளக் கருது, கம்பங் கருது கசக்குவார். ஒன்றிரண்டு முறை ஆடு, கோழி பிடித்து வந்திருக்கிறார். நல்ல மனிதன். தொழிலுக்குப் போனது தான் ஒருவன்தான் என்றாலும் கொண்டு வந்ததை ஊரில் உள்ள பத்து வீட்டுக்கும் பிரித்துக் கொடுப்பார். "மொரட்டு வேலைக்குப் போக மாட்டாரு துரை. பெரிய சோலிக்கு எசக்கு வேணும்ல" என்று அவரது அப்பா சாத்துடையான் சொல்லுவார்.

சல்லிசோணை, கட்டாக்காளையைப் பார்த்துத் தலை குனிந்து கொண்டார். "அம்மான், நான் போயி அக்கா பிள்ளைகளக் கூட்டிக்கிட்டு வரவா?" சல்லிசோணை பதில் பேசவில்லை.

"டேய் கேனப் பயலே! இங்க என்ன ஒங்க அம்மான சப்பரத்திலையா ஒக்கார வச்சிருக்காங்க. ஒங்க அக்காவக் கூட்டிக்கிட்டு வந்து காண்பிக்க, பேசாம இருடா."

---

* விசில் அடிப்பது போல சத்தம் போடுதல்

“நீ போன வேல என்னடா ஆச்சு?” என்றான் ஏழப்பன், குரலைத் தாழ்த்தி.

“நல்ல சமாச்சாரம்தான், சொல்லுறேன் அப்புறம்.”

கூட்டம் அதிகமாக ஆரம்பித்துவிட்டது. அவசர ஆத்திரத்திற்கு வயக்காட்டுப் பக்கம் ஒதுங்கியவர்கள் வந்து சேர்ந்தார்கள். பெரிய தலக்கட்டுகள் வந்து சல்லிசோணையைச் சுற்றி உட்கார்ந்தார்கள்.

“யப்பா! சல்லிசோணை! ஒனக்கே இது ஒப்புதா? பக்கத்து ஊருக்கு நீங்க வந்து முப்பது, நாப்பது வருசம் ஆச்சு. நாம தாயா பிள்ளையாயிருக்கிறோம். நீங்க ராத்திரி தொழிலுக்குப் போறது எங்களுக்குத் தெரியும்தானே? என்னைக்காவது காட்டிக் கொடுத்திருக்கோமா? யாரு உங்களத் தேடி விசாரிச்சுக்கிட்டு வந்தாலும் ஒங்க ஊருக்கு வழிதான் சொல்லியிருக்கோமே தவிர வேறு ஒரு வார்த்த சொல்லியிருக்கோமா? இப்படிப் பண்ணிப்புட்டீங்களேய்யா.”

“தப்புத்தான்யா. பெரிய மனசு பண்ணி விட்டுருங்கையா” என்றார் ஆல்பாடி.

“டேய் ஆல்பாடி, ஒங்க ஊர்ல கோயில் விசேசம் வச்சுப் பாரு. அப்ப ஒன் வீட்டு ஆடு களவு போகட்டும். எப்படிடா சம்பந்தகாரக மூஞ்சியில முழிப்ப! பொருள் திருடு போகுதுன்னா நீ அவத்தப் பயல்ன்னு அர்த்தம். சம்பந்தகாரங்க ஊர் முழுக்க கேலி பேசிச் சிரிப்பாங்க.”

கல்குளத்திலிருந்து ஆண்கள், இரண்டு பேர் மூன்று பேராக வந்து சேர்ந்தார்கள். பஞ்சாயத்தில் இருந்தவர்கள் எழுந்து பெரிய வட்டமாக உட்கார்ந்தார்கள். தூணில் கட்டப்பட்டிருந்த சல்லிசோணையைச் சுற்றி அவனது அண்ணன், தம்பிகள், மகன்கள் என இருபத்தியோரு பேர் நின்றிருந்தனர். எதிரில் கோயில் திருவிழாவிற்கு வந்த ஆட்களும், குழந்தைகளும் உட்கார்ந்திருந்தனர். பெண்கள் பொங்கல் வைப்பதற்கான ஏற்பாடுகளில் இருந்தனர். சிறுமிகள் அடுப்பு எரிக்க சுள்ளிகள் பொறுக்கக் கிளம்பினர்.

குருநாதன் கோயில் பூசாரி கையில் குச்சி ஊன்றிக் கொண்டு வந்தபோது, உட்கார்ந்திருந்த ஊர்ப் பெரியவர்கள் எழுந்து நின்றனர். பூசாரிக்கு வயது எழுபதுக்குமேல். லேசாகக் கூன் போட்டிருந்தது. கை, கால், நெற்றி, மார்பு, தோள்பட்டை என உடலின் மேற்பகுதி முழுவதும் பட்டைப் பட்டையாக விபூதி பூசியிருந்தார். கண்பார்வை பழுதுபட்டிருந்தது. யாரைப் பார்க்க வேண்டுமென்றாலும் கண்ணுக்குமேல் கையை வைத்துக்கொண்டு பார்ப்பார்.

"என்னப்பூ! இந்த மாரி ஒரு நெல வரக் கூடாதுன்னு நான் நெனச்சுக்கிட்டேயிருப்பேன். குருநாத சாமி கொண்டு வந்து விட்டுட்டானே?" என மெதுவான குரலில் ஆரம்பித்தவர்,

"ஏப்பா, உங்க அப்பனும் சித்தப்பனும் எப்படியிருக்காங்க?" என்றார்.

மிக ஈனமான குரலில் பேசியதால் கல்குளத்து ஆட்களுக்குக் கேட்கவில்லை.

தொண்டையைச் செருமிக் கொண்ட பூசாரி,

"ஏப்பா ஒங்களத்தான்! எஞ்சோட்டுக்காரனுங்க சாத்துடையானும், மொந்தையும் எப்படியிருக்கானுங்க? நடையுடையில் இருக்கானுங்களா? ஆலமர நெழல்ல கெடக்கானுங்களா?" என்றார்.

"பரவாயில்ல பூசாரி. ரொம்ப தூரம் நடக்க முடியாது. ஆலமரத்துக்குக் கீழே கயித்துக் கட்டில்ல ரெண்டு அப்பனும் படுத்துக் கெடப்பாங்க. பேரப்பிள்ளைகளோட ஒரண்ட இழுத்துக்கிட்டு."

"அவனுங்களுக்குத் தகவல் தெரியுமாப்பா?"

"இப்ப தெரிஞ்சிருக்கும் பூசாரி. கௌம்பப் பாத்திருக்காங்க. பொம்பளக கெஞ்சிக் கூத்தாடி அவங்களப் புடிச்சி வச்சிருக் காங்க."

"சரிப்பா. நீங்க சின்னப் பிள்ளைக. ஒங்களுக்கு இல்லன் னாலும் நாங்க சாத்துடையானையும், மொந்தையையும் பாக்கனும்ல. மரியாத தெரிஞ்ச மனுசனுங்க."

"அய்யா, நாங்களும் மரியாதை தெரிஞ்சவங்கதான்."

"நீ யாருடா?"

"நானு மொந்த மகன் மொந்த."

"ஓ! சரி. சரி. இப்ப என்னடா ஜவாப் சொல்லுறீங்க?"

"அய்யா, பொருள திரும்ப ஒப்படைச்சாச்சு. கொஞ்சம் பெரிய மனசு பண்ணி இந்தச் சல்லிப்பயல அவுத்து விட்டுருங்கய்யா."

"அது எப்படிப்பூ! நானே முடிவு பண்ண முடியும்? களவு போன ஆட்டுக்காரன் யாருப்பா?"

"அய்யா, களவு போயிட்டு ஆட்டுக்காரர் கிட்டயே திரும்ப வந்திருச்சு. அதனால களவு போனதுன்னு சொல்ல முடியாது."

"நல்லா பேசுறடா மொந்த மகன் மொந்த. ஓங்க அப்பன் அப்பிராணி. வாயத் தொறக்க மாட்டான். அண்ணன் சாத்து டையான் சொல்லுறதக் கேட்டு தலையாட்டுறது மட்டும்தான் வேல. இதுல சாத்துடையான் மகன் இருக்கானாடா?"

"ஆமா பூசாரி. சாத்துடையான் மகன் ஆல்பாண்டி வந்திருக்கேன்."

"பேஷ் பேஷ், ஓங்க அப்பன்கிட்டயும் சித்தப்பன்கிட்டயும் சொல்லுங்கப்பா. பக்கத்து ஊர்ல கோயில் விசேசத்துல கை வைச்சோம்னு. மனப்பாங்க ஓங்கள."

"பூசாரி, ராத்திரி மூணு மணியிலிருந்து இந்த தூணுல கட்டிக் கெடக்காரு. பொண்டு, பொடுசுக ஊர்ல கஞ்சி தண்ணி இல்லாமக் கிடக்குங்க. எங்க அப்பனும், சித்தப்பனும் ஆலமரக் காட்டுல மருகிக்கிட்டிருப்பாங்க."

யாருமே எதிர்பாராதபடி ஒரு இளந்தாரி, "ஆட்டுக்காரன் கால்ல கல்குளத்துக்காரங்க விழுங்கப்பா. மன்னிச்சு விட்டுற லாம்" என்றான்.

சல்லிசோணைக்குத் தூக்கிப் போட்டது. தன்பொருட்டு ஊரையே காலில் விழுகச் சொன்னதை நினைத்துச் சத்தம் போட்டு அழுதான்.

"நா வேணா விழுகிறேங்க. மத்த ஆளுக வேணாம்."

"இல்ல, சல்லிசோணை எல்லாரும் விழுகணும்."

கூட்டத்தைச் சுற்றி மாட்டு வண்டிகள் பல நின்றிருந்தன. அதுவரை அமைதியாகயிருந்த ஆல்பாடிக்கு எப்படித் தான் பெருங்கோபம் வந்ததோ!

"டேய், நம்மாளுக எல்லாம் ஆளுக்கு ஒரு மாட்டு வண்டியோட அச்சாரத்தப் புடுங்குங்கடா" என்று கத்தியவுடன் கல்குளம் ஆட்கள் ஓடி ஒவ்வொரு மாட்டு வண்டியிலும் இருந்த இரண்டு அச்சாணிகளைப் பிடுங்கி வந்தனர்.

"யப்பா, பெரிய மனுசனுங்களா! நாங்க கெஞ்சிக் கேட்டோம். நீங்க மதிக்கல. கால்ல விழுக நாங்க என்ன கொலையா பண்ணிட்டோம்? எங்க கையில ஆளுக்கு ஒரு அச்சாரம் இருக்கு. 23 பேர். ஆளுக்கு ரெண்டு பேராக குத்தினோம்னாலும் கொறஞ்சது 50 பேர் செத்துப்போவீங்க, பாத்துக்கிடுங்க."

பூசாரி கோபாவேசத்துடன் கத்தினார்.

"நீங்க குத்துர வரைக்கும் நாங்க சும்மாவாயிருப்போம்? நரித்திட்டில் குடியிருப்பவனுங்களுக்கு இவ்வளவு திமிரா? உங்க ஊரச் சுத்தி எங்க சாதி சனம் கெடக்கு. நரித்திட்ட விட்டு நரி வெளியே வர முடியாது. சுத்தி தண்ணீ, பாத்துக்கோ."

"நாங்க நரித்திட்டுலதான் இருக்கோம். இல்லைன்னல. நீங்க எங்கள பங்கம் பண்ணுவீங்க, நாங்க பொறுத்துக்கிட்டுப் போயிடுவமா? நாங்க அத்தன பேரும் செத்தாலும் பரவாயில்ல. காலுல மட்டும் விழமாட்டோம். நாங்க சல்லிசோணைய அவித்துக்கிட்டு கூட்டிக்கிட்டுப் போறோம். முடிஞ்சா தடுத்துப் பாருங்க."

கூட்டத்தில் பெரும் சலசலப்பு. ஏழத்தாள் ஓடி வந்தாள். "யப்பே! பொறுங்க. பெருசுக வருதுக" என்று கத்தினாள்.

"என்னப்பா, கோயில் விசேசத்துல இத்தன அட்டூழியம்?" என்ற கணீர் குரல் கேட்டது.

சாத்துடையானும் மொந்தையும் கையில் கம்புடன் நடந்து வந்தனர். அவர்களுடன் கல்குளத்துப் பெண்களும் குழந்தை களும் வந்தனர்.

ஏழத்தாளைக் கூட்டத்திலிருந்த பலருக்கும் தெரிந்திருந்தது. ஆவியூர் சந்தைக்கு வாரந் தவறாமல் போகும்போது குருநாதசாமி கோயிலில் கொஞ்ச நேரம் உட்கார்ந்துவிட்டுத்தான் போவாள். கல்குளத்திலேயே இல்லாத மஞ்சள் நிறம். சிரித்த முகத்துடன் பேசுவாள். கோயிலைவிட்டு எப்போது கிளம்பினாலும் நீண்ட தலைமுடியை அவிழ்த்துவிட்டு பட்பட் என அடித்துக் கொண்டை போடுவாள். அதை ஒரு வேடிக்கையாகக் கோயிலுக்குச் சாமி கும்பிட வந்தவர்கள் பார்ப்பார்கள்.

சாத்துடையான் உட்கார பூசாரி இடம் கொடுத்தார்.

"பூசாரியண்ணே! எல்லாத்தையும் விசாரிச்சுட்டுத்தான் வந்திருக்கேன். சின்னப் பசங்க. நம்ம பழக்கவழக்கம் தெரியாத பயலுக. டேய் பைத்தியக்காரனுங்களா, நாம தமராக்கியில யிருந்து வந்தபோது கம்பிக்குடி மொதலியார் இந்த ஊர்ல பெரிய சேர்வாரப் பார்க்கச் சொன்னாரு. சேர்வார்தான் நம்ம தங்கியிருக்கிற எடத்தக் காண்பிச்சார். ஆலமரக் காட்டுல குடியேறினோம். என்னைய எப்பப் பார்த்தாலும் பேர் சொல்லிக் கூப்பிட மாட்டாரு. பெரிய தேவரேன்னுதான் கூப்பிடுவாரு. எந்தம்பி மொந்தய சின்னத் தேவர்ன்னு கூப்பிடுவாரு. நமக்குள்ள, எங்க காலத்திலேயே இப்படிப்பட்ட பிரச்சனை வந்திருக்கக் கூடாது."

"அப்புச்சி நம்மல நரித்திட்டுல இருக்கிறவங்கன்னு சொல்றாங்கப்புச்சி."

"விடுறா. வாய்ச் சண்டையில கூடக் குறைய சொல்லுறது தான். நம்மச் சுத்தியும் சேர்வார் ஊர்க தான. நாம ஒத்த வீடு தானே!"

பூசாரிக்குச் சாத்துடையானைப் பார்த்ததில் மகிழ்ச்சி.

"என்னப்பா, மொந்த எப்படியிருக்க?"

“நல்லாயிருக்கேன் பூசாரி. நாங்க இந்த தடிப் பசங்களக் கூப்பிட்டுக்கிட்டுப் போகலாமா?”

பூசாரி தலையாட்டினார்.

“அதுக்கு முன்னால ஒண்ணு செய்யணும்டா மொந்த. நம்ம காலத்துக்குள்ளேயே இதச் சரி செய்யணும். சத்தியம் பண்ணிக்கிருவோம்டா.”

ஏழத்தாள் ஓடிப்போய் ஒரு பெண்ணிடம் பொங்கலுக்கு ஊத்த வைத்திருந்த பாலை வாழையிலையில் வாங்கிவந்து சாத்துடையானிடம் கொடுத்தாள். தள்ளாடி எழுந்து நின்ற சாத்துடையான், தம்பி மொந்தையனின் கையையும் பிடித்து இருவரும் சேர்ந்தபடி சொல்லினர்.

“இந்தப் பவித்திரமான பசும்பாலின்மீது ஆணை. நாங்களோ எங்கள் வாரிசுகளோ இனிமேல் இந்த ஊரில் எந்தவிதமான சம்பவங்களும் செய்யமாட்டோம்.”

கட்டாக்காளை, ஏழத்தாளைப் பார்த்துக் கிட்ட வருமாறு சைகை செய்தான்.

“என்ன அண்ணே?”

“கெழக்கே, வடகாடுங்கிற ஊர்ல சிப்பாயிங்கிற காளமாடு...”

“என்னண்ணே சொல்லுற. சிப்பாயி வீட்டுலயா?”

“இல்ல. சிப்பாயிங்கிறது காளமாடு பேரு.”

“சரி.”

“அதுல ஒம் புருஷன் சம்பந்தப்பட்டிருக்காரு.”

“இல்லையே, அந்த மேளிமண்ட என்கிட்ட ஒண்ணும் சொல்லலையே?”

ஏழத்தாள் தன் புருஷன் ஏழப்பனை மேளிமண்டை என்று தான் கூப்பிடுவாள்.

“கொஞ்சம் விவகாரமான விசயம் தங்கச்சி. ஏழப்பனைக் கூட்டிக் கிட்டு வா. நாம தனியாப் பேசணும்.”

"என்ன அண்ணே, ரொம்பப் பயமுறுத்துற?"

"நீயும் நானும் வேணா பயப்படுவோம். அந்த மேளிமண்ட எதுக்கும் பயப்படாது."

"மேளிமண்ட பயப்படுதா இல்லையான்னு பாப்போம். அதக் கூட்டிக்கிட்டு வா. நா முன்னால போயி ஒத்த வீட்டுக்குப் பின்னால இருக்கிற இலுப்ப மர நிழல்ல ஒக்கார்ந்திருக்கேன்."

ஏலப்பனிடம் விசயத்தைச் சொல்லி, இலுப்ப மரத்திற்குக் கூட்டி வந்த ஏலத்தாளை, "நீ வீட்டுக்குப் போ. நாங்க ரெண்டு பேரும் பேசிட்டு வர்றோம்" என்று அனுப்பிவிட்டான். தூரத்தில் குருநாதன் கோயிலில் குலவைச் சத்தம் கேட்டது. பெண்கள் பொங்கல் வைக்கத் தயாரானார்கள்.

கோயில் காவல்காரன் வரிசையாக நின்ற ஆடுகளின்மீது மஞ்சள் தண்ணீர் ஊற்றினான். ஆடுகள் உடம்பைக் குலுக்கி சிலிர்த்தன. "குருநாத சாமி உத்தரவு கொடுத்திட்டாருடா."

ஓங்கிய அரிவாள் ஒவ்வொரு ஆட்டின் கழுத்தையும் தொட்டு மீண்டது.

சாகா பார்த்தவன்

காரியாபட்டி சந்தையிலிருந்து உருளக்கட்டை பாரப்பத்தி, கூடக்கோயில் வழியாக வடகாடு வந்தபோது சூரியன் உச்சியில் இருந்தது. கட்டாக்காளையிடம் பேசிய விசயங்களை நாட்டாமையிடம் சொல்லிவிட்டால் நாட்டாமை என்ன முடிவெடுக்கிறாரோ எடுக்கட்டும் என்று காரியாபட்டியிலிருந்து கிளம்பிவிட்டான். நாட்டாமை, வீட்டின் வராந்தாவிலிருந்த மரபெஞ்சில் படுத்துக் கிடந்தார். அந்த பெஞ்சில் நாட்டாமை இதற்குமுன் படுத்ததில்லை. அவரைத் தேடி வரும் வெளியூர் பெரிய மனிதர்கள் உட்காருவதற்கென்று போடப்பட்ட பெஞ்ச் அது. வீட்டிற்குள் ஆட்கள் நடமாட்டம் இல்லை. குழந்தைகள் உள்ளூர் பள்ளிக்கூடம் சென்றிருக்கும் என்று நினைத்துக் கொண்ட உருளக்கட்டை காரியாபட்டியில் தான் கேட்ட விசயத்தை அப்பத்தா மூலம் சொல்லலாம் என்று முடிவுசெய்து வீட்டிற்குள் போகாமல் புளிய மரத்தடிக்கு வந்தான். அங்கு அப்பத்தா நான்கு ஐந்து பெண்களோடு உட்கார்ந்திருந்தது.

உருளக்கட்டையைப் பார்த்தவுடன் நீட்டி வைத்திருந்த கால்களை மடக்கிய அப்பத்தா, "என்னடா உருளக்கட்ட, போன விசயம் என்னாச்சு?" என்றாள்.

"காரியாபட்டி சந்தையில ஒருத்தனப் பார்த்தேன் அப்பத்தா. அவம்பேரு கட்டாக்காளை. மத்திம வயசுக்காரன். கீழ் நாட்டுக்காரன்தான். நாளைக்குக் காலையில சரியான துப்புக் குடுக்கிறேன், முள்ளடிக் கூலி மட்டும் எனக்குக் கொடுன்னு கேட்டான். சரி, நாட்டாமக்கிட்டச் சொல்லி வாங்கித் தர்றேன்னு சொல்லியிருக்கேன்."

"எவ்ளோ கேக்குறான்?"

“காட்டு மேட்டுல நமக்காகத் தானே போறான். காலு பூராவும் முள்ளு குத்திக் கீறலும் புண்ணுமா கீது. கூட கொறயக் கொடுக்கலாம்.”

“சரி வா. உங்க அப்புச்சிகிட்ட போவோம். பகல்ல படுக்காத மனுசன். பெஞ்சில படுத்துக்கெடக்காரு. ஏ, பொம்பளைகளா, நீங்களும் வாங்கடி” என்ற கருப்பாயியுடன் பெண்களும் கிளம்பினர்.

பெண்களின் கை வளையல் சத்தம் கேட்டு நாட்டாமை எழுந்து உட்கார்ந்தார். கருப்பாயி, உருளக்கட்டையை நாட்டாமை முன் போகச் சொன்னாள்.

“உருளக்கட்ட விசாரிச்சுட்டு வந்திருக்கான். உங்கக்கிட்ட சொல்லணுமாம்.”

நாட்டாமை முகத்தைக் கழுவிக்கொண்டு வரும்வரை அனைவரும் நின்றுகொண்டிருந்தனர்.

“அப்பத்தா, உங்ககிட்ட நான் சொன்ன விசயத்த அப்புச்சிக் கிட்ட சொல்லவா?” என்றாள் ஏகாலி மனைவி. அவள் பெயர் கருப்பாயி என்றாலும் அவளை எல்லோரும் கூப்பிடுவது வாலு பேத்தி என்றுதான்.

“சரிடி வாலு பேத்தி. மொதல்ல உருளக்கட்டப் பய சொல் லட்டும்” என்ற கருப்பாயி, நாட்டாமைக்கு முகம் துடைக்க சேலையின் முந்தானையை நீட்டியது. அதை வாங்கி முகத்தைத் துடைத்த நாட்டாமை,

“சிப்பாயப் பத்தி என்ன தகவல்டா கிடைச்சது?” என்றார்.

“அப்புச்சி, கெழக்கப் போயிருந்தேன்ல. காரியாபட்டி சந்தை யில கட்டாக்காளைன்னு ஒருத்தன் வந்து பேச்சுக் கொடுத் தான். வெளியூரா? என்ன விசயமா வந்துருக்கேன்னு கேட்டான். நா ஒங்க பேரச் சொல்லிட்டு எங்க மாடு சிப்பாயியும், காரிக்காளையும் களவு போயிடுச்சுன்னு சொன்னேன். அவனுக்குக் களவு போன விஷயம் தெரியும்போல. நல்லாப் பேசினான். நாளைக்குக் காலையில நல்ல சேதியோட வர்றேன்னு சொன்னான். நா ஒங்ககிட்ட தாக்கல் சொல்ல

லாம்னு பாரப்பத்தி, கூடக்கோயில் கம்மா வழியா ஓடியாந்தேன். சிப்பாயி இருக்கிற இடம் தெரிஞ்சிடும் அப்புச்சி நாளைக்கி."

வாலு பேத்தி, கருப்பாயியிடம் ஏதோ சொன்னாள். கருப்பாயி தலையாட்டி சம்மதம் தெரிவித்தது. "எனக்குத் தெரிஞ்சதச் சொல்லவா அப்புச்சி?" என்றாள்.

"சொல்லு."

"நம்ம சிப்பாயி காணாப் போறதுக்கு ரெண்டு நாளைக்கு முன்னாடி ராத்திரி நடுச்சாமத்தில குருவி மண்ட வீட்டுக் குள்ள ரெண்டு ஆம்பளக சத்தம் கேட்டது. குருவி மண்ட பொண்டாட்டி நாடுமாறியத் தேடி வெளியூர் ஆம்பளக வருவானுங்கன்னுட்டு நானு நினைச்சுக்கிட்டேன். ராத்திரி வெக்க அதிகமாயிருந்துச்சு. தெருவுல படுக்கலாம்னு பாயை எடுத்துக்கிட்டு வாசல் கதவு தொறந்து வந்தேன். அப்ப குருவி மண்ட வீட்டுக் கதவு தொறந்துச்சு. குருவி மண்ட கூட ரெண்டு ஆம்பளகயிருந்தானுங்க. மட்டமான ஆளுக தான். ஓசரம் அதிகமில்ல. ஏறக்குறைய குருவி மண்ட மாதிரியே இருந்தானுங்க. மூணு பேரும் குசுகுசுன்னு ஏதோ பேசினாங்க. அப்புறம் வாசப்படியிலேயே குருவி மண்டையும், அவம் பொண்டாட்டி நாடுமாறியும் ஒக்காந்துக்கிட்டாங்க. வெளியூர்க்காரங்க ரெண்டு பேரும் நம்ம வீட்டுப் பக்கம் வந்துருப்பானுங்கபோல. கொஞ்ச நேரத்திலேயே திரும்பி வந்துட்டானுங்க. மறுபடியும் கதவைச் சாத்திக்கிட்டானுங்க.

"செவப்பா இருக்கிற காளதான் சிப்பாயியான்னு" ஒருத்தன் கேட்டான். ஆமான்னு குருவி மண்ட சொன்னான். சரி, சாகா பாத்துட்டோம். யார் கிட்டயும் மூச்சுவிட வேணாம்"ன்னு சொன்ன அந்த அவுசாரிப் பயலுக கிளம்பிட்டானுங்க. நாடுமாறிதான் கதவத் தொறந்துவிட்டா. சொல்லவே அசிங்க மாயிருக்கு. வெளியூர்க்காரப் பய சொன்னான் அவக்கிட்ட, "அடுத்த தடவ ஒன்னையப் பாக்கயில இந்த மாதிரி ரெண்டு காதையும் மூளியா பாக்கக் கூடாது. தொங்கத் தொங்கச் சவுடி போட்டிருக்கணும்"னான். கூட வந்த இன்னொரு நாறப்பய, "ஒன்னோட செவத்த ஒடம்புக்குச் சவுடி ஒன்னோட தோளுக்கு

மேலே தொங்குச்சுன்னா அம்சமா இருக்கும்”ன்னாம்.” வாய மூடிக்கிட்டுச் சிரிச்சா நாடுமாறி. பேச்சு மும்முரத்துல நானு வெளியே படுத்திருக்கிறத அவெய்ங்க கவனிக்கல. எங்க வீட்டத் தாண்டுனதும் வீரு பெரியப்பா வீட்டுக் கிட்டப் போகையில அவரு சத்தம் போட்டுக் கேட்டாரு, “யாருப்பா அதுன்னு?” “நம்ம ஆளுக தான்னு” சொல்லிட்டு வேகமா நடந்துட்டானுங்க.”

“ஏன்டி வாலு பேத்தி, சாகா பாத்துட்டோம்னு சொன்னவனுங்க. அது என்னவாம்டி?”

“அப்பத்தா, அவனுங்க பேசுற பேச்சப் பாத்தா கெழக்குச் சீமக்காரனுங்க மாதிரிதான் தெரிஞ்சது. அந்த ரெண்டு பேர்ல ஒருத்தன் கால லேசா விந்தி விந்தி நடந்தான். முள்ளுக் குத்துன காலு மாதிரி தெரிஞ்சது.”

உருளக்கட்டைக்கு லேசாக விளங்கியதுபோலத் தெரிந்தது. “அப்புச்சி நா பாத்த ஆளும் முள்ளு குத்தின பய தான். விந்தி விந்தித் தான் நடப்பான். கட்டாக்காள அவம்பேரு. ஆளு கூட வாலு பேத்தி சொன்ன சாடையிலதான் இருந்தான்.”

நாட்டாமைக்குக் குருவி மண்டையனைக் கண்டாலே பிடிக்காது. அவன் பழக்கவழக்கமெல்லாம் வெளியூரில்தான். உள்ளூரில் அவனுக்கு எந்தத் தொடர்பும் இருக்காது. இரவு நேரத்தில் யார் வீட்டிலாவது கோழி காணாப் போனால் மறுநாள் அவன் வீட்டில் கோழிக் குழம்பு. கோழி இறகுகளை வீட்டுக்குள்ளேயே புதைத்து விடுவான். சந்தேகப்பட்டு அவனை விசாரித்தால் அவன் பொண்டாட்டி நாடுமாறி மாராப்பை விலக்கிக்கொண்டு ‘லெகேலெகே’ என்று வந்து விடுவாள். அவளை வேடிக்கை பார்க்கக் கூடும். ஆம்பளைகளைப் பார்த்த வுடன் குருவி மண்டை உச்சஸ்தாயியில் கோழியைக் களவு கொடுத்த பெண்ணைப் பற்றி கேவலமாகப் பேசுவான். நாடு மாறி தன் பங்குக்கு ஊரிலிருப்பவர்களுடைய யோக்கியதைய எடுத்து விடவா? என்று சாடுவாள். ஊரே அவர்களை ஒதுக்கி வைத்திருந்தது என்று சொல்வதைவிட ஊர் அவர்கள் இருவரையும் பார்த்துப் பயந்தது என்றுதான் சொல்ல வேண்டும்.

"ஏத்தா வாலு பேத்தி! அந்தக் குருவி மண்ட கூடயும், நாடு மாறி கூடையும் ஒங்கள்ல யாரு பேசுறது? கொஞ்சம் அவங்க கிட்டப் பேசி வாயப் புடுங்க முடியுமா?"

"அந்த நார நாய்ங்ககிட்ட இவளுக யாரும் பேச மாட்டாளுக. நம்ம பெருச்சாளி இருக்கான்ல அவம் பொண்டாட்டி கெழக்குச் சீமக்காரி தான், முஷ்டக்குறிச்சியோ, அதுக்குப் பக்கமோ, காரியாபட்டி வழியாத்தான் ஊருக்குப் போவேன்னு சொல்லியிருக்கா. அவளக் கூட்டிட்டு வரச் சொல்லி விசாரிங்க. ஏதாவது தகவல் கிடைக்கும்" என்றது அப்பத்தா.

"பெருச்சாளி பொண்டாட்டிகிட்ட பேசயில தேவை யில்லாம அந்த நாடுமாறியப் பத்திப் பேச வேணாம். நீங்க விசாரிச்சீங்கன்னு காத்து வாக்கில அவ காதுல விழுந்தாக் கூட போச்சு, மாராப்ப வெலக்கி விட்டுக்கிட்டு உங்களத் தேடிக்கிட்டு வந்துருவா."

"சரி சரி. நீங்க எல்லாம் போயிடுங்க. டேய்! உருளக்கட்ட பெருச்சாளி பொண்டாட்டியக் கூட்டிக்கிட்டு வாடா" என்றார் நாட்டாமை.

பெருச்சாளி பொண்டாட்டி இந்த ஊருக்கு வந்து ஒரு மாதத்திற்குள்தான் இருக்கும், பெருச்சாளி கெழக்குச் சீமையில் எளனி வெட்டப் போயிருக்கான். அப்ப அந்தத் தோட்டத்துக்காரரு ஊர், சாதி பற்றி விசாரிச்சிருக்காரு. இவனிடம் பேசிய பிறகு அவருடைய அக்கா மகளைக் கட்டி வைத்துவிட்டார். பெருச்சாளிக்குப் பெண் எங்கேயும் கிடைக்காததால் தாலி அறுத்த பெண்ணாகயிருந்தாலும் பரவாயில்லை என்று அப்பவே மஞ்சள் கிழங்கை தாலி யாகக் கட்டி ஊருக்குக் கூட்டிவந்து விட்டான். ஊருக்கு வந்தவுடன் திருநீறு வாங்க நாட்டாமை வீட்டுக்குக் கூட்டிக் கிட்டு வந்திருந்தான். அன்றைக்கு நாட்டாமை வீட்டில் இல்லை. அப்பத்தாவிடம் மனைவியை அறிமுகப்படுத்தி திருநீறு வாங்கிச் சென்றான். பெருச்சாளி கையில் அப்பத்தா வேட்டியும் துண்டும், பெருச்சாளி பொண்டாட்டி கையில் ஒரு சேலையும் கொடுத்தது. அதைப் பவ்வியமாக வாங்கிக்கொண்ட பெருச்சாளி, "ஏ பிள்ள! ஆத்தாகிட்ட ஆசீர்வாதம் வாங்கி

யிருக்க. ஆத்தா மாதிரி நல்லா வாழணும்" என்றான். "அதுக்கு நாட்டாமையத்தான் கலியாணம் பண்ணியிருக்கனும். எனக்குப் பெருச்சாளி தானே வாச்சிருக்கு" என்றாள் துடுக்காக.

அப்பத்தாவிற்குச் சிரிப்பு வந்துவிட்டது. "ஏன்டி! கெழக்குச் சீமக்காரி. ரொம்ப துடுக்காயிருக்கியே! இந்தப் பெருச்சாளி அப்பாவிப் பய. சின்ன வயசுலயே ஆத்தா அப்பன முழுங்கிட்டான். இவன நல்லாப் பாத்துக்கிருவேன்னு தோணுது. பாத்துயிருந்துக்கடி. நாட்டாமை ஒன்னும் நீ நினைக்கிற மாதிரி கொமரன் இல்லை. பேரன் பேத்தி எடுத்த கெழவன்" என்றது.

பெருச்சாளியை மனைவியுடன் வரச்சொல்லி நாட்டாமை ஆள் அனுப்பினார். புதுசா கலியாணம் பண்ணுனவங்கள நாட்டாம பாக்கக் கூப்பிடுறாரோன்னு நினைச்சு பெருச்சாளி யும் அவன் பொண்டாட்டியும் வந்தனர். இருவரும் அப்பத்தா கொடுத்த துணி மணிகளை அணிந்திருந்தனர். நாட்டாமையைப் பார்த்ததும் தோளிலிருந்த துண்டை எடுத்து கக்கத்தில் வைத்துக் கொண்டான். பெருச்சாளியின் மனைவி தலைமுடியில் வாசனை எண்ணெய் தேய்த்து, கொண்டை போட்டிருந்தாள். வடகாட்டில் அந்த மாதிரி நேர்த்தியான கொண்டை போட்ட பெண் யாரும் இல்லை என்று நாட்டாமை பார்த்தவுடன் தெரிந்து கொண்டார்.

"டேய் பெருச்சாளி, ஒம் பொஞ்சாதி கெழக்குச் சீமையாடா?"

"ஆமா அப்புச்சி, ஆவியூர் பக்கம்."

"நானு அந்தப் பக்கம் ஒரு தடவ போயிருக்கேன்டா. வக்கப் படப்பு வாங்க. சரி ஒம்பொஞ்சாதி பேரு என்னா?"

"அப்புச்சி எம் பேரு இருச்சுட்டி. இருளுன்னு கூப்பிடுவாங்க."

"நீ இந்த ஊருக்கு வந்து பத்து இருபது நாளு இருக்கும்ல? மேற்கு வீட்டு குருவி மண்ட பொண்டாட்டிய கெழக்குச் சீமக்காரின்னு சொல்லுவாளுக. ஒனக்கு அவ பழக்கமா? ஒரு நாலு நாளைக்கு முன்னால ரெண்டு கெழக்கத்திக்காரங்க, நம்ம ஊருக்கு ராத்திரி வந்திருக்காங்க, கேள்விப்பட்டயா இருளு?"

“கேள்விப்படல அப்புச்சி. ஆனா ராத்திரியில வீரு தாத்தா பேச்சுச் சத்தம் கேட்டுச்சு. அவரு சத்தமா, “யாருப்பா போறது?”ன்னு கேட்டாரு. அதுக்கு, “நம்மாளு தான்”னு பதில் கேட்டுச்சு. அந்த வார்த்த பெரும்பாலும் எங்க ஊர்ப்பக்கம் ராத்தொழில் பாக்குறவங்க சொல்லுற வார்த்தை. மரு நா காலையில வீரு தாத்தாவப் பார்த்துக் கேட்டேன். அவரு, “ரெண்டு பேரு கட்டயா, குட்டயா போனாங்க. யாருப்பான்னு கேட்டேன். நம்மாளுதான்னு சொன்னாங்க. அதுக்கு மேல விசாரிக்கலாம்னு பார்த்தேன். அவங்களுக்குப் பின்னால குருவி மண்ட வந்தான். செருமினான். சரி அவனுக்கு வேண்டிய ஆளு போலயிருக்குன்னு விட்டுட்டேன்”னு சொன்னார். எனக்குப் புரிஞ்சு போச்சு, அவனுங்க சாகா பாக்க வந்திருப்பாங்கன்னு.”

“சாகான்னா என்னடி இருளு?” அப்பத்தா கேட்டது.

“சாகான்னா ஒரு பொருள களவு செய்யுறதுக்கு முன்னால அந்த எடம் எப்படி, எந்த நேரத்தில சம்பவம் பண்ணலாம். ஆளு அசருர நேரம் எது, நாய், கீய் அந்த இடத்துல இருக்கான்னு எடத்த மொத்தமா ஆராஞ்சு பார்க்கிறது அப்புச்சி.”

நாட்டாமைக்குப் புரிந்துவிட்டது. சிப்பாயையும் காரிக் காளையையும் களவாண்டு போனவங்க கிழக்குச் சீமைக் காரன்கள். அவனுங்களுக்குத் துப்புக் கொடுத்தது குருவி மண்டையனும் அவன் பொஞ்சாதியும். துண்டை எடுத்துத் தோளில் போட்டுக்கொண்ட நாட்டாமை திருமங்கலம் போலிசு ஸ்டேசன் வந்தார். அவருக்குத் தன் சிப்பாயி கிடைத்துவிடும் என்ற நம்பிக்கை வந்தது.

எதிரடி பூசை நயம்

ஏழப்பன் முன்னால் நடக்க நான்கைந்து அடி பின்னால் கட்டாக்காளை நடந்து வந்தான். அது ஒத்தையடிப் பாதை. அடிக்கடி பயன்படுத்தாத பாதை என்பதால் பாதையில் நடக்கும்போது இருபுறமும் இருந்த செடி கொடிகள் இருவர் உடம்பிலும் மோதிச் சிராய்ப்பு ஏற்படுத்தின. "டேய், நெருஞ்சி முள்ளுல மிதிச்சிராதேடா, கொறக்காலும் சவட்டிக்கிறப்போகுது" என்ற ஏழப்பனிடம், "நெருஞ்சியாவது, கிருஞ்சியாவது. மனசு ஆறமாட்டேங்குது அம்மான். ஒரு ஆட்டுக்குட்டிக்குப் போய் சல்லி அம்மான கட்டி வச்சுப்புட்டாங்களே? இது வர ஒங்க சனங்க எங்கயாவது இந்த மாதிரி மாட்டிக்கிட்டு அசிங்கப் பட்டிருக்காங்களா? எனக்குக் கொடலு கொதிக்குது" என்றான் கட்டாக்காளை.

"ஆமாடா, இதுவரை இந்த மாதிரி மாட்டிக்கிட்டு அசிங்கப் பட்டதில்ல. சரி, அதவிடு. நம்ம முந்தா நாத்து பண்ணுன சம்பவம் பத்தி பேசத்தான்டா ஒன்னியத் தனியா கூப்பிட்டுக் கிட்டு வந்தேன். சொல்லு விவரமா."

காரியாபட்டி சந்தையில் உருளக்கட்டையிடம் பேசியதை ஏழப்பனிடம் ஒப்புவித்தான்.

"அம்மான், இந்தச் சம்பவம் பத்தி ஒன்னையும் என்னையும் தவிர்த்து நம்ம ஊர்ல யாருக்கும் தெரியுமா? நா யாருக்கும் சொல்லல்ல? நீங்க யார்கிட்டயாவது சொன்னீங்களா? அக்கா கிட்ட அல்லது உங்க அப்பாரு, நல்லப்பு* கிட்ட?"

"நல்லப்புகிட்ட மட்டும் சொல்லியிருக்கேன்டா."

"அந்த ஊர் பொம்பளக்கிச் சவுடி வாங்கி காதுல மாட்டி விடுறேன்னு சொல்லிருக்கீங்க அம்மான்."

---

* சித்தப்பா

“டேய் பேச்ச விடுறா. அவ எத்தன பேர சுத்த விட்டுருக் காளோ? நாம கொடுக்கலைன்னா எவனோ ஒருத்தன். ஆனா எனக்கு ஒன்னு மட்டும் ரொம்ப உறுத்தலா இருக்குடா. அவ புருசன நம்பலாம்டா. குருவி மண்டையோ, கழுகு மண்டையோ?”

“அந்த மண்டப்பய சில்லறப்பய. வாயத் தொறக்க மாட்டான். எனக்கு என்னவோ அந்தப் பொம்பளய நம்ப முடியல. பாத்த அன்னிக்கே நம்ம மேல ஒரசுனதும், மேல விழுந்து பேசுறதும் எப்படியும் அவளுக்கு ஊருக்குள்ள தொடுப்பு இருக்கும். அவனுங்க மூலமா மாட்டுக்கார ரெட்டியாருக்கு தகவல் தெரிஞ்சிரும்டா.”

“அம்மான், மாட்டுக்காரரு ரெட்டியார் இல்ல. அகமுடியார்.”

“என்னடா சொல்லுற. இப்பத்தானடா பக்கத்து ஊரு அகமுடியனுங்க நம்மள நரித்திட்டுல இருக்கிற பயலுன்னு கட்டி வச்சானுங்க. நாட்டாம அகமுடியர்னா இந்த ஊர்ப் பக்கம் சம்பந்தம் சாடி பண்ணியிருந்தா நம்ம ஊருக்கே சிக்கலாயிருமேடா? அந்தக் குருவி மண்டயன் நம்மகிட்ட சாகா குடுக்கையில ரெட்டியார் வீடுன்னு தானேடா அடிச்சுச் சொன்னான்.”

“ஆமா அம்மான், திருமங்கலத்துல வச்சு நாட்டாமைய அடையாளம் காண்பிச்சான். நம்மளும் தானே பார்த்தோம். இந்த ஊர் அகம்படியர்க மாதிரி அந்த நாட்டாம இல்லையே? ஓங்குதாங்கா, செவப்பா, ரெட்டியார், நாயக்கரு மாதிரிதானே யிருந்தாரு?”

“நம்மள சரியா, சிக்க வச்சிட்டான்டா அந்தக் குருவி மண்ட. இப்ப என்னடா பண்ணுறது? ஊர்ல விசயத்தச் சொல்லிரு வோமா? நாட்டாம போலீசு கீலீசோட வந்துட்டார்னா நம்ம பொழப்பு சிக்கலாயிரும்டா.”

அப்போது பெரும் சத்தம் கேட்டது. எதிரில் பேய் பிடித்த இளம்பெண்ணின் தலைமுடியைப் பிடித்துக்கொண்டு கோடாங்கி மூச்சு வாங்கியபடி ஓடி வந்தார். அவரோடு இரண்டு மூன்று பெண்களும், நான்கைந்து ஆண்களும் ஓடி வந்தனர். ஏழப்பனையும் கட்டாக்காளையையும் பார்த்த பேய்

பிடித்த பெண் நின்று, அவர்கள் இருவரையும் முறைத்துப் பார்த்து வாய் கோணிச் சிரித்தாள்.

“கோடாங்கி, எந்த ஊருப் பேயி?” என்றான் ஏழப்பன்.

“வைரவ நாங்கூர்ப்பா. ஒரு நாழிக ஓடிக்கிட்டிருக்கோம். பேய் புடிச்ச இடத்தக் காட்டுறேன்னு ஓடி வந்துக்கிட்டிருக்கா” என்று சொல்லி மூச்சு வாங்கினார் கோடாங்கி. உடன் வந்தவர்களும் நின்றனர்.

“தலை முடிய விடு வலிக்குது” என்றாள் பேய்ப் பிடித்தவள்.

“ஏப்பா, அடுத்து கல்குளந்தான?”

“நீங்க?”

“நாங்க நம்ம ஆளுகதான் கோடாங்கி.”

“உச்சி வெயில்ல பேய் பிசாசு அலையுற இடம்பா. ரெண்டு ஆம்பளக போய்க்கிட்டிருக்கீங்க?”

“பழக்கமான காடுதான் கோடாங்கி.”

அந்தப் பெண் சத்தம் போட்டுச் சிரித்தாள். தனித்திருந்த ஒரு ஒற்றைப் பனை மரத்தைக் காண்பித்தாள்.

“இங்க இருந்துக்கிறயா? ஆணி அடிச்சிறவா” என்று கோடாங்கி கேட்டதற்குச் சாதுவாகத் தலையாட்டினாள்.

உடனே கோடாங்கி அவள் தலைமயிரைப் பிடித்தார். ஒற்றைப் பனைமரத்திற்கு அருகில் சென்ற கோடாங்கி அவள் தலையைப் பனைமரத்தோடு ஒட்டி வைத்தார். உடன் வந்தவர் களைப் பார்த்தார். அவர்கள் கோடாங்கியின் உத்தரவிற்காகக் காத்திருந்தனர்.

வேட்டியை விலக்கி டிரவுசர் பைக்குள் இருந்த ஒரு நீளமான ஆணியை எடுத்தார்.

“யப்பா, இந்த ஆணிய பனை மரத்துல அடி. பக்கத்துல கெடக்க அந்தக் கல்ல எடு” என்றார்.

ஏழப்பன் கல்லை எடுத்து, பூசாரியிடமிருந்து வாங்கிய ஆணியைப் பனைமரத்தில் அடித்து இறக்கினான். கோடாங்கி,

பேய் பிடித்த பெண்ணின் தலைமுடியில் ஒரு கத்தையை எடுத்து அதை ஆணியில் கட்டினார். உடன் வந்த பெண்களிடம்,

“யாராவது கத்தி, அருவா வச்சிருக்கீங்களா?” என்று கேட்டார். ஒருவரும் இல்லையென்று உதடு பிதுக்கினர்.

ஏழப்பனைப் பார்த்த கோடாங்கி, “ஏம்பா ராத்தொழில் போற ஆளுக தானே நீங்க? கைவசம் கத்தியிருக்கணுமே?” என்றார்.

“இருக்கு கோடாங்கி“ என்று சொல்லி தயக்கத்துடன் கத்தியை எடுத்துக் கொடுத்தான். கத்தியை வைத்து பெண்ணின் முடிக் கற்றையைத் துண்டித்த கோடாங்கி, கத்தியை ஏழப்பனிடம் திரும்பக் கொடுத்தார். பேய் பிடித்த பெண் சாதுவாகத் தெரிந்தாள்.

“வேற என்னவாச்சும் வேணுமா?”

“வேணாம்” என்றாள்.

“இந்தப் பனமரத்துல குடியிருந்துக்க. எங்க ஊர்ப்பக்கம் வந்துராத. நா எப்பவும் ஒரே மாதிரி இருக்க மாட்டேன். பேச்ச மீறி எங்க ஊருக்கு வந்தேன்னா வரிவரியா வகுந்திருவேன்” என்று பனை மரத்தைப் பார்த்துப் பேசிய கோடாங்கி, வந்த வழியே திரும்பி நடந்தார். பேய் பிடித்த பெண்ணைத் தோளில் சாய்த்துக்கொண்டு இரண்டு பெண்கள் நடக்க ஆண்கள் பின்தொடர்ந்தனர்.

“அம்மான்! அந்தக் குருவி மண்டக்காரன் பொண்டாட்டியால நமக்கு ஒண்ணும் தொந்தரவு வராது.”

“எப்படிடா சொல்லுற?”

“இப்பத்தான் பாத்தோமே? எதிரடி பூசை. எதிரடி பூசை நயம்.”

“ஆமாடா. அவளப் பத்திப் பேசயில எதிரடி பூசை வந்திருச்சு. நம்ம பெருசுக சொல்லுறது நெசந்தான்” என்றான் ஏழப்பன்.

ஊருக்குள்ளிருந்து ஏழத்தாள் சத்தம் போட்டாள்.

"யோவ் மேளிமண்ட! எங்கய்யா போய்த் தொலஞ்ச? டேய் கட்டாக்காளை! இப்பத்தானடா ரெண்டு பேரையும் கம்மாக்கரையில பார்த்தேன். அந்த மேளிமண்டயையும், கட்டாக்காளையையும் பாத்துக் கூட்டிக்கிட்டு வாங்க சாமி களா" என்று ஊர்ப்பிள்ளைகளை ஏவினாள்.

★

"**நா**ட்டாம நீங்க சந்தேகப்படுற ஆள் குள்ளமா, கறுப்பா, கறுத்த மண் சட்டிய கவுத்துப் போட்ட மாதிரி மண்ட வச்சிருப்பானே, அவன்தான?"

நாட்டாமை திருமங்கலம் போலீஸ் ஸ்டேசனில் புகார் கொடுக்க வந்திருக்கிறார். ஏட்டய்யா ஐம்பது வயதைக் கடந்திருந்தார். கனத்த தொப்பையை பெல்ட் போட்டு இறுக்கி யிருந்தார். அரைக்கால் டிரவுசர் முட்டியை விட்டுக் கீழே இறங்கியிருந்தது.

"ஆமா ஏட்டய்யா. அவன் பேரு குருவி மண்ட."

"இப்ப விளங்கிருச்சு. அவன் பொண்டாட்டி ஆள் ரொம்பச் சோக்காயிருப்பாளே! இந்தப் பக்கம் சின்னச் சின்ன வியாபாரம் பண்ண வருவா."

"ஆமா, அவதான்."

"அவபேரு கூட முனியம்மாவோ என்னவோல்ல."

"ஆமா, முனியம்மாதான் அவ பேரு. ஊருக்குள்ள அவள நாடுமாறின்னு சொல்லுவாங்க. நீங்க ஊர்ல வந்து முனியம்மான்னு கேட்டா யாருக்கும் தெரியாது."

"சரியாத்தான் பேரு வச்சிருக்காங்க. நீங்க கிளம்புங்க நாட்டாம. அந்த முனியம்மாவையும் அவ புருசன் பேரென்னா?"

"எழுதிக் கொடுத்திருக்கேன் ஏட்டய்யா. அவன் பேரு திரிசங்கு. ஊர்ல குருவி மண்டைன்னு கேட்டாத்தான் தெரியும்."

"அந்த திரிசங்கு பயலையும், முனியம்மாவையும் கூட்டிக் கிட்டு வந்து லாடம் கட்டுனா, சிப்பாயி எங்கயிருக்கு? சம்பவம் பண்ணுனது எந்த ஊர்க்காரன்னு சப்ஜாடா சொல்லிருவானுங்க.

ரொம்ப அவசரம்னா சொல்லுங்க. அதுக்குக் கொஞ்சம் செலவாகும்."

"பரவாயில்ல, எவ்வளவு ஆகும்?"

"ஒன்னும் பெரிசாயில்ல. நாலு சைக்கிள் வாடகைக்கு எடுத்துக் குடுங்க. ஸ்டேசனுக்கு எதித்தாப்ல சலீம் பாய் சைக்கிள் கடை தெரியுது பாருங்க. அங்க சொல்லிட்டுப் போங்க. நாலு பச்ச ராலே சைக்கிள். நாள் வாடகைக்கு எடுப்போம்னு சொல்லிடுங்க. நாங்க சைக்கிள எடுத்துக்கிட்டு நீங்க ஊருக்குப் போறதுக்கு முன்னாடி வந்துருவோம்."

நான்கு சைக்கிளுக்கான நாள் வாடகையை சலீம் பாயிடம் கொடுத்துவிட்டு நாட்டாமை காரியாபட்டி சந்தைக்கு வந்தார்.

சலீம் பாயிடம் மூன்று வாடகைச் சைக்கிளுக்கான நாள் வாடகையை வாங்கி தொளதொளவெனத் தொங்கும் தனது வலது பக்க டிரவுசர் பையில் போட்டுக் கொண்டார் ஏட்டய்யா. வாடகை சைக்கிள் கடையில் இருப்பதிலேயே புதுசாகயிருக்கக் கூடிய சைக்கிளைக் காண்பித்தார். சலீம் பாய் சைக்கிள் டயர்களுக்குக் காற்று சற்று எக்ஸ்ட்ராவாக அடித்து வாயில் எச்சில் எடுத்து டியூப்பின் மேல் வைத்தார். காற்று லீக் ஆகவில்லை என்று உறுதி செய்துவிட்டு சைக்கிளை ஒப்படைத்தார்.

ஏட்டய்யாவிற்கு கால் சட்டைப் பையில் இருந்த பணமும், மிதித்தால் பூவாக நகரும் புது ராலே சைக்கிளும் மிகுந்த குதூகலத்தைக் கொடுத்தது. சின்னக் கடைத்தெருவிற்குப் போய் உடுப்பி ஐயர் கிளப் கடையில் சுடச் சுட அல்வாவை மந்தார இலையில் வாங்கிக்கொண்டு ஒரு மூலையில் இருந்த நாற்காலியில் உட்கார்ந்தார். சர்வர், ஒரு டம்ளரில் தண்ணீர் கொண்டுவந்து வைத்தான். சூடாகயிருந்த அல்வாவை விள்ளலாக்கி விழுங்கிக் கொண்டே, "காரம் என்னடா சூடாயிருக்கு?" என்றார்.

"எல்லாமே சூடாத்தான்யிருக்கு ஏட்டய்யா. பஜ்ஜி, வெங்காய போண்டா, உளுந்த வட."

"ஒன்னொன்னுலயும் ஒன்னு எடுத்துக்கிட்டு வா."

நிதானமாகச் சாப்பிட்டு ஏப்பம் விட்ட ஏட்டய்யா, ஒரு காபி குடித்தார். மனதில் முனியம்மா நினைவிற்கு வந்தாள். சைக்கிளில் ஏறி சின்னக் கடைத் தெருவை ஒரு சுற்று சுற்றினார்.

முனியம்மா பூண்டு வியாபாரம் செய்து கொண்டிருந்தாள். ஒரு காலை தரையில் வைத்து சைக்கிளில் உட்கார்ந்தபடி முனியம்மாளைப் பார்த்தார். பார்வையின் பொருள் புரிந்து கொண்ட முனியம்மாள் பூண்டு கூடையையும், எடைத் தராசையும் பக்கத்தில் உட்கார்ந்திருந்த பெண்ணிடம் கொடுத்துவிட்டு பணம் வைத்திருந்த சுருக்குப் பையை எடுத்து இடுப்பில் சொருகிக்கொண்டு வந்தாள். வெள்ளை இடுப்பில் கறுப்பு சுறுக்குப் பை வைத்த லாவகத்தை ஏட்டய்யா ரசித்தார்.

"என்ன ஏட்டய்யா? ஏதாவது விசேசமா? எப்பவும் போகையில வரயில பாப்பேன். கருட பார்வ பாத்துக்கிட்டுப் போவீங்க. சரி எப்பவாவது வருவீங்கன்னு நினைச்சேன். இன்னைக்கு வந்திருக்கீங்க?"

சைக்கிளை விட்டுக் கீழேயிறங்கிய ஏட்டய்யா, "கொஞ்சம் ஒக்காந்து பேசனும். உங்கிட்ட."

"எது விசயமா?"

"சிப்பாயி காணாப் போனது சம்பந்தமா."

முனியம்மாளின் முகம் வெளிறிவிட்டது. முந்தானை தலைப்பை எடுத்து முகத்தைத் துடைத்துக்கொண்டாள். அவளது உடலில், முகத்தில் ஏற்படும் மாற்றங்களை ஏட்டய்யா கவனித்தார்.

"எங்காவது இங்கேயே ஒக்காந்து பேசுவோமா, ஸ்டேச னுக்குப் போவோமா?"

"இங்கேயே பேசலாம் ஏட்டய்யா. இந்தக் கொடவன் கூட தொறந்துதான் கெடக்கும். யாரும் உள்ள ஆளு இல்ல. நீங்க உள்ளுக்க போங்க. நானு ஒரு ஆள வாசல்ல நிக்க வச்சிட்டு உள்ள வறேன்."

ஏட்டய்யா கொடவுனுக்குள் போனார். கட்டடம் மிகுந்த சிதிலமடைந்திருந்தது. இந்தக் கட்டடம் தொடர்பான வழக்கு முன்சீப் கோர்ட்டில் நிலுவையில் உள்ளது. யாரும் கோர்ட் உத்தரவின்றி உள்ளே பிரவேசிக்கக் கூடாது என்று பெயிண்டில் எழுதியிருந்தது. நாள்பட்ட அந்த போர்டைப் பார்த்தால் எழுதிப் பல ஆண்டுகள் ஆகியிருக்கும் போலத் தெரிந்தது.

கொஞ்சமாக சிதிலமடைந்திருந்த ஓர் அறையைத் தெரிவு செய்து, இரும்பு பெல்ட்டைக் கழட்டிக் கதவில் மாட்டினார். பெல்ட் இறுகப் பற்றியிருந்த வயிற்றுத் தடயங்களைத் தடவிப் பார்த்தார் ஏட்டய்யா. முனியம்மாள் விறுவிறுவென வந்தவள், மாராப்புத் துணியை வைத்துத் தரையைச் சுத்தப்படுத்தினாள். ஜாக்கெட் அணிந்தே பழக்கப்படாத முனியம்மாளின் வாளிப்பான தோள்களையும் கைகளையும் பார்த்தார் ஏட்டய்யா.

"முனியம்மா, ஓம் பேரு ஏதோ நாடுமாறியாமே?"

"சொல்லுவானுங்க. அப்படிச் சொல்லுறவன் தான் மொத ஆளா வந்து எங்காலப் பிடிப்பான்."

ஏட்டய்யாவிற்குப் பேச்சு தன்னை நோக்கி வருவது போலத் தெரிந்தது.

"சரி சரி அதவிடு. நம்ம விசயத்துக்கு வா. எங்கிட்ட ஒரு பிராது வந்திருக்கு. ஓங்க ஊர்ல ரெண்டு நாளக்கு முன்னாடி சிப்பாயினு ஒரு காளமாடும், காரிக்காளைன்னு ஒன்னும் களவு போயிருக்கு. களவு பண்ணுனவனுங்க சம்பவம் நடக்குறதுக்கு ரெண்டு மூணு நாளைக்கு முன்னால ஓங்க வீட்டுல தங்கி சாகா பாத்திருக்கானுங்க. நீயும் ஓம் புருசன் திரிசங்குவும் களவாணிப் பயலுகளுக்குத் துப்புக் குடுத்திருக்கீங்க."

"ஏட்டய்யா, நீங்க சொல்லுறது எல்லாம் எனக்குப் புதுசாயிருக்கு. நானு ஊர்ல இருக்குறதே கொஞ்ச நேரந்தான். ராத்திரி தூங்குறதுக்குத் தான் போறேன். எங்க வீட்டுக்காரரு அந்தக் குருவி மண்ட மாசத்துல பாதி நாள் எங்காவது மாடு தரகு பாக்குறேன், தானியம் தரகு பாக்குறேன்னு போயிடும். இல்லைன்னா இருக்கவே இருக்கு சினிமாக் கொட்டக.

அங்க போயி டிக்கெட் கிழிக்கும். எங்களுக்கு இதுல எந்தச் சம்பந்தமும் இல்ல ஏட்டய்யா."

"நாட்டாம வந்து எங்கிட்ட பெட்டிசன் கொடுத்திருக்காரு. ஒன்னையும், ஒம் புருசனையும் நானு ஸ்டேசன் கூட்டிக்கிட்டுப் போயி விசாரிக்கனும்."

முனியம்மா ஏட்டய்யாவை நெருங்கி வந்தாள். "என்ன ஏட்டய்யா உடுப்பி அய்யர் காபிக் கடையில பலகாரம் காப்பி சாப்புட்டீங்களா? கமகமன்னு வாய் மணக்குது" என்றவள் கையை அவரது பானை போன்ற வயிற்றில் தடவி, "சூடாயிருக்கு வகுறு" என்றாள்.

பலநாள் விரும்பியதை ஏட்டய்யா அனுபவித்துவிட்டார். கீழே கிடந்த ஏட்டய்யாவைக் கைப்பிடித்து தூக்கி நிறுத்திய முனியம்மா, "ஏட்டய்யா, எங்களுக்குச் சிப்பாயி மாடு காணாப் போனதில சம்பந்தமில்ல. நாட்டாமக்கிட்ட காசு பணமா இல்ல? மாட்டு விலையில் பாதி குடுக்கிறேன்னு காரியாபட்டி சந்தையில காத்து வாக்குல சொல்லிவிட்டாக் கூடப் போதும் சிப்பாயி வீடு வந்துரும்" என்றாள்.

ஏட்டய்யா பெல்ட்டை அணிந்துகொண்டு கொடவுனை விட்டு வெளியேறினார்.

அரிக்கன்ன பார்த்தல்

கல்குளத்திலிருந்து ஆவியூர் போகும் வழியில் கண்மாய் ஒன்று உள்ளது. அதற்குப் பொட்டக் கம்மாய் என்று பெயர். ஒருவேளை அந்தக் கண்மாயிலிருந்து எந்த நிலத்திற்கும் வாய்க்காலில் நீர் போவதில்லை என்பதால் பொட்டைக் கண்மாய் எனப் பெயர் வந்திருக்கலாம். கண்மாய் முழுக்க முழங்கால் அளவு நீர் இருக்கும். 10, 15 அடிக்கு ஒரு நாட்டுக் கருவேல மரம். இரண்டு மரங்களுக்கு நடுவே ஒரே ஒரு ஆள் நடக்கும் அளவு ஒற்றையடிப் பாதை இருக்கும். பெண்கள் கண்மாய்க்குள் விறகு எடுப்பதற்குக் கூட வருவதில்லை.

கண்மாய்க்குள் இருபது நிமிடம் முழங்கால் அளவு தண்ணீரில் நடந்தால் 5 ஏக்கர் அளவில் ஒரு சிறு தீவு இருக்கிறது. அதற்குச் சல்லி அம்மாசி திட்டு என்று பெயர். சல்லி அம்மாசி என்பவர் அந்தத் திட்டில் தனியாகத் தங்கி கரும்பு விவசாயம் செய்து வந்தார். சல்லி அம்மாசிக்குத் தற்போது கண்பார்வை குறைந்துவிட்டது. நடமாட்டம் திட்டுக் குள்ளேதான். அவரது தொழில் சாராயம் காய்ச்சுவது. சாராயம் காய்ச்ச தேவையான கருவேலப்பட்டை, கரும்புச்சாறு திட்டிலேயே தயார் செய்து பெரிய பெரிய மண் பானைகளில் பூமிக்குள் புதைத்து ஊற வைத்துவிடுவார். காரியாபட்டி வாரச் சந்தைக்கு முதல் நாள் மண் பானையிலிருந்து ஊறல் எடுத்து இரவு முழுவதும் காய்ச்சுவார். அதிகாலை சாராயத்தைச் சுடச்சுட தூக்கு வாளியில் எடுத்துக் கொண்டு சந்தைக்கு வந்துவிட்டால் மதிய நேரத்திற்குள் சாராயம் விற்றுவிடும். இரவுக்குள் திட்டுக்கு வந்துவிடுவார். காரியாபட்டி போலீசு ஸ்டேசனுக்கு வாரம் ஒருமுறை தூக்கு வாளியில் கரும்புச்சாறு கொடுத்து, “கொழந்தைகளுக்கு குடிக்கக் குடுங்க சாமி”

என்பார். சல்லி அம்மாசிக்கு இன்றைக்கு வருமானத்திற்கு வழி கிடைத்துவிட்டது.

இரண்டு காளை மாடுகளைப் பிடித்தபடி முழங்கால் அளவு தண்ணீரில் நடந்து வந்த இரண்டு நபர்களைப் பார்த்த சல்லி அமாவாசை,

"யாருப்பா அது?" என்று குரல் கொடுத்தார்.

"நம்மாளுகதான்" என்றார் ஆல்பாடி.

"பேரு?"

"எம் பேரு ஆல்பாடி, இவ ஏழத்தா."

"ஒம் தம்பி பொண்டாட்டில இவ?"

திட்டில் மொளக்குச்சியைத் தரையில் ஊன்றி அதில் இரண்டு மாடுகளையும் ஏழத்தாள் கட்டினாள்.

"ஆமா, ஆல்பாடி கொழுந்தியாதான் நானு."

"பொம்பளகளும் இப்ப ராத்தொழிலுக்குப் போக ஆரம்பிச் சாச்சா?"

"ஏம் பெருசு. பொம்பளக்கிக் குடும்பம் இல்லையா? பிள்ள குட்டி இல்லையா? வகுறுதான் இல்லையா?"

"யாருத்தா, பேச்சு போர்ஸா இருக்கு?"

"போர்ஸாத்தான் இருக்கும். மொரந்த மருமகள்ல?"

"ஓ சரி சரி. இப்போ புரிஞ்சுக்கிட்டேன். அது சரி மாடுகள எதுக்குடா இங்க கொண்டுக்கிட்டு வர்ற ஆல்பாடி?"

"ஏழத்தாதான் சொல்லுச்சு. இந்தத் திட்டுக்கு யாரும் வர மாட்டாங்க, மாடுகளுக்கும் பாதுகாப்புன்னு."

"தீவனத்துக்கு என்னய்யா செய்யுறது?"

"நமக்கே வழியில்ல. எந்தக் காலத்துல நாம தீவனம் வச்சிருக் கோம்? கட்டிப்போடுற எடத்துல இருக்கிற பயிறு பச்சைய சாப்பிட்டுக்கிறனும். பச்சத் தண்ணி மாத்திரம் காமிப்போம்."

"யப்பா, என்னால போலீசு, கேசுன்னு அலயத் தெம்பில்ல. மாடுகளப் பாத்தா ரொம்ப வசதியான இடத்துல யிருந்திருக்கிற

மாதிரியிருக்கு. அதுல ஒண்ணு, ரொம்பத் துடுக்காயிருக்கு பார்வை."

"ஆமா பெருசு. அது பேரு சிப்பாயி. நம்மகிட்ட வந்து ரெண்டு நாள்ல கொஞ்சம் திமிர் குறஞ்சிருக்கு. சரியான தீனி கிடையாதுல்ல?"

"ரெண்டு நாளா எங்க இருந்துச்சுக?"

"காரியாபட்டி பக்கத்தில ஒரு சோளக் காட்டுல கட்டியிருந்தோம். நிலத்துக்காரனுக்கு மொத நா நாங்க மாடு கட்டியிருந்தது தெரியல. அடுத்த நாள்ல பாத்துட்டான். களவாணிப் பயபுள்ள. அவம்பாட்டுக்கு மாடுகள உழவுக்குப் பூட்டிட்டான். இந்தச் சிப்பாயி அவன் எள வகுத்துல குத்திடுச்சு. தகவல் தெரிஞ்சு நாங்க போனோம். மாடு ஒரு நா அவன் சோளக் காட்டுல இருந்ததுக்கும், எள வகுத்துல குத்துப் பட்டதுக்கும் பணம் கேட்டான். எங்க கையில காசு இல்ல. அப்புறம் இந்தப் பிள்ளை ஏழத்தா சொன்னத ஏத்துக்கிட்டான். மாட்டுக்காரங்க வந்தாங்கன்னா அவங்க கொடுக்கிற பணத்துல பத்து ரூவா தரணும்னு கேட்டான். சரின்னோம். இனிமே வேற மாடுக கிடைச்சுச்சுன்னா அவனோட சோளக் காட்டிலேயே கட்டிக்கிறலாம்னும், மாட்டுக்காரன் பத்து நாளைக்குள்ள வரலைன்னா, மாட்டுக்குப் பாதி வெல கொடுத்து வாங்கிக்கிறேன்னும் சொன்னான். தொலஞ்சு போடான்னு சொல்லிட்டு மாட்டப் புடிச்சிட்டு நேர இங்க வந்தோம்."

"ஏழத்தா! இந்த மாதிரியான வேலைக்கெல்லாம் என்னோட எடத்த தர முடியாது. நானே எப்பச் சாவேன்னு கெடக்கேன். இந்த மாடுக அவித்துக்கிட்டுப் போச்சுன்னா, புடிச்சுக் கட்டக் கூட எனக்குத் தெம்பில்லை. போலீசு, கேசுன்னு பிரச்சன வந்தா தாங்க முடியாதுத்தா. கையெடுத்துக் கும்பிடுறேன். கட்டின மாடுகள அவுத்துக்கிட்டுப் போயிடுங்க. உங்களுக்குப் புண்ணியமாப் போவும்."

மாடுகளை மீண்டும் அவிழ்த்துக் கொண்டு வேறு இடம் பார்ப்பதற்குள் பெரும்பாடாகிவிடும் என்று ஆல்பாடிக்கு யோசனையாகயிருந்தது. மாடுகளுக்கு இரண்டு நாட்களாக சரியான தீனி வேறு கிடைக்கவில்லை. சோர்வாக இருந்தன.

"இந்தா பிள்ளை! பெரிசு ஒண்ணும் சொல்லாதுன்னு நீ சொன்ன. அத நம்பி மாடுகளப் பத்திக்கிட்டு வந்தாச்சு. இப்ப என்ன பண்ணுறது? வேற எங்க போலாம்?"

"போகல்லாம் வேணாம் மாமா. ஒனக்கு எவம் பேர் வச்சான் ஆல்பாடி, கால்பாடின்னு. ஒனக்கு மூளையும் கால் பாதிதான்" என்ற ஏழத்தா, பெரியவர் சல்லி அமாவாசையிடம் திரும்பினாள்.

"பெருசு, ஒனக்கு ஒன்னும் வருமானம் கெடையாது. இன்னைக்கோ நாளைக்கோன்னு இந்த அநாந்திர திட்டுல கெடக்க. எங்களுக்கு ஏதாவது இந்த மாடுக மூலமா கெடைக்கும்ல, அதுல கொஞ்சம் தாறோம். ஏதோ நல்லது பொல்லது தின்னுட்டுப் போய்ச் சேரு."

"எந்த ஊரு மாடுத்தா இதுக?"

"ஒனக்கு எதுக்கு ஊரு பேரு தெரியணும்?"

"சரி சரி தெரிய வேணாம். அரிக்கன் பாத்துத் தானே புடிச்சிட்டு வந்தீங்க?"

"அரிக்கண் பாக்காம ராத்தொழிலுக்கு எப்படிப் போவோம் பெரிசு?"

பெரியவருக்கு மனதில் சந்தேகம் வந்துவிட்டது. இந்த மாடுகளை ஒட்டி தனக்குப் பிரச்சனை வரப்போகிறது எனக் கவலைப்பட்டார். மாடுகளைத் தன்னுடைய இடத்தில் கட்டி வைப்பதால் தனக்கு ஏதும் பிரச்சனை வந்து விடக்கூடாது என நினைத்தார். அதை ஆல்பாடியிடமும், ஏழத்தாவிடமும் சொன்னார். அவரது வயோதிகத்தை மனதில் வைத்து இரண்டு தரப்பிற்கும் பொதுவான ஓர் உபயத்தை ஆல்பாடி சொன்னான்.

"சரி பெரிசு. ஒனக்கும் வேணாம். எனக்கும் வேணாம். இந்த மாடுக இங்க இருக்கிறதுல உனக்குப் பிரச்சன வருமான்னு நீ அரிக்கண் பாரு" என்றான்.

"சரிப்பா நானே அரிக்கண் பார்க்கிறேன்" என்ற சல்லி அமாவாசை,

“இன்னைக்கு நாளென்ன?” என்று கேட்டார்.

“ஞாயித்துக்கிழமை.”

“ஒரு நாள மூணாப் பிரிக்கனும். இப்ப சாயந்திரம் ஆச்சுல்ல. அப்ப ஞாயித்துக்கிழம மூணாவது, அதாவது கடைசி அங்கத்துல இருக்கோம்.”

“சரி பெரிசு. தெசைய முடிவு பண்ணு, நாங்க ஒன் இடத்துக்கு வந்தது தெக்கு திசையில யிருந்து”என்றான் ஆல்பாடி.

“இல்லப்பா, திசைய எட்டாப் பிரிக்கணும். அதுதான் சரியாச் சொல்லும். நீங்க வந்தது தென்கெழக்கு. ஞாயித்துக்கிழமை அரிக்கண் வடமேற்குல இருப்பான். மூணாவது அங்கத்துல அவன் இருக்கிறதால அவன் அடுத்துப் போகப் போற தெசை மேற்கு. மேற்கு அஷ்டம். சூரியன் மறையிற இடத்துல இப்ப இருக்கிற அரிக்கண் நாளைக்கு மேற்கிலேயே மூணு அங்கத்திலும் இருப்பான். ஆல்பாடி, ஏழத்தா நான் சொல்லுறத கேளுங்க. இந்த மாடுக எனக்குப் பயத்த கொடுக்குதுன்னு நா நெனைச்சது சரியாப் போச்சு. அரிக்கண் பாத்தப்பறம் இது துல்லியமா தெரியுது.”

ஏழத்தாளைப் பார்த்தான் ஆல்பாடி. பெரியவரை என்ன சொல்லி சமாதானம் செய்வது என்று புரியவில்லை. பெரியவர் பார்த்த அரிக்கண் கணக்குச் சரியாகத்தான் இருக்கிறது. பெரியவர் ஏதோ யோசனையில் இருந்தார்.

“ஏப்பா ஆல்பாடி, மாடு பிடிக்கப் போகையில அரிக்கண் பார்த்துட்டுத் தானே போயிருப்பீங்க?” சந்தேகம் தெளியாமல் மீண்டும் கேட்டார்.

“ஆமா பெரிசு. அரிக்கண் பாத்தோம். நாங்க புடிக்கப் போன இடம் நம்மூருக்கு மேக்கேயிருக்கு. அரிக்கண் கெழக்குல இருந்தான். நாங்க மாடு பிடிச்ச ரெண்டு நாழியில அரிக்கன் தென்கெழக்குல வந்துட்டான். எல்லாம் சரியாத்தான் இருந்துச்சு. மாடு பிடிக்கப் போகையில எல்லாமே நல்ல சகுனந்தான். எரும மாடு, நாய் எதுவும் எங்க எதுக்க வரல. பட்சிக அலறல. காடை, காட்டுக் கோழிகள வழியில பாத்தோம். எல்லாம் நல்ல சகுனந்தான்.”

ஏழத்தாளுக்கு உண்மையிலேயே தங்களுக்கு நேரம் சரியில்லை என்று தெரிந்துவிட்டது.

“ஏய் மாமா, நம்ம இந்த மாடுகள பிடிச்சது கெழக்கேயிருக்க ஊரு. பிடிச்சது சரிதான். அரிக்கன் சரியான தெசையிலதான் யிருந்தான். நாம மாடுகள ரெண்டு நாள் அந்தக் காரியாபட்டி கரும்புக் காட்டுக்குள்ள தான கட்டியிருந்தோம். அங்கயிருந்து மாட்டைக் கூட்டிக்கிட்டு வரயில அரிக்கன் எங்க இருக்கான்னு பாக்கலையே. கயித்த அவுக்கும் போது பாக்கலைன்னா வந்து சேரும்போது அரிக்கன் எங்கயிருக்கான்னு பாக்கனும்னு பெருசுங்க சொல்லுவாங்க. அப்படிப் பாக்கையில மாடு வந்து சேர்ந்த இந்த இடம் அரிக்கனுக்குத் தோது இல்லாத இடம். இப்பக் கணக்குப் போடயில சரியான கண்டத்துல மாடுகளக் கழட்டிக்கிட்டு வந்திருக்கோம்ன்னு தெரியுது.”

பெரியவர் தரையில் உட்கார்ந்து கொண்டார். சிப்பாயி வாலை ஆக்ரோசமாக ஆட்டியது. முதுகின்மீது படார் படார் என அடித்துக் கொண்டது. மாட்டின் ஆசனவாயிலில் இருந்து ரத்தம் வந்தது. ஏழத்தாள் மாட்டின் கழுத்தைத் தடவிக் கொடுத்தாள். மாடு விலகி நின்றது. மேற்குத் திசை பார்த்து, “அம்மா” என்று கத்தியது.

“காள மாடு அம்மான்னு கத்தக் கூடாதுப்பா, அபசகுணம்” என்ற சல்லி அமாவாசை உட்கார்ந்த இடத்திலேயே கால் நீட்டிப் படுத்தார். கையை மடக்கித் தலையணை போல வைத்துக் கொண்டார்.

ஏழத்தாளும் ஆல்பாடியும் தரையில் உட்கார்ந்திருந்தனர். கல்குளத்தில் நாய்கள் குரைக்கும் சத்தம் கேட்டது. சல்லி அமாவாசை திட்டுக்குள் இருந்த ஆந்தை ஒன்று அலறியது. ஏழத்தாள் எழுந்து சேலையை லேசாகத் தூக்கியபடி தண்ணீருக்குள் நடந்தாள். ஆல்பாடி திட்டிலேயே இருந்து கொண்டான். பத்து நிமிடத்தில் தண்ணீர் கண்டத்தைக் கடந்து பொட்டக் கண்மாய்க் கரையில் ஏறினாள். சூரியன் அஸ்தமித்திருந்தது.

இருட்டுக்கட்டி

ஏழத்தாள் பொட்டைக் கண்மாயைத் தாண்டும்போது ஆணி அடித்த பனைமரங்களைப் பார்த்தாள். எப்போதும் இந்த இடத்தைத் துணையோடுதான் கடந்திருக்கிறாள்.

"முனியப்பசாமி பேய் பிசாசுக கிட்டயிருந்து காப்பாத்து சாமி" என்று கைகூப்பி வேண்டிக் கொண்டாள்.

லேசாக காற்று அடித்ததில் ஒரு பனைமரத்திலிருந்து காய்ந்த ஓலை கீழே விழுந்தது. பேயோ பிசாசோ எனப் பயந்த ஏழத்தாள் நெஞ்சைப் பிடித்துக்கொண்டு ஊரை நோக்கி ஓடினாள். எதிரே வந்தான் தாதன். கறுகறுவென்று நெடிய தேகத்துடன் இருந்த அவன் ஏழத்தாள் ஓடி வருவதைப் பார்த்து, "ஏய் ஏழத்தா! என்ன இப்படிப் பேயப் பாத்தது மாதிரி ஓடியார? எங்க ஒங்கூட வந்து போன ஆல்பாடி?" என்று கேட்டான்.

"ஏய் தாத்தா! பொட்டக் காட்டுல ஆல்பாடிய திட்டுல விட்டுட்டு வந்தேன். ஆணி அடிச்ச பனைமரத்துக்கிட்ட ஏதோ பனையோலை விழுகுற சத்தம் கேட்டுச்சு. பயந்து ஓடியாந்துட்டேன்."

"திட்டுல பெருசு எப்படியிருக்கு?"

"அம்மாவாச நல்லாத்தான் இருக்கு. இந்த அம்மாவாசையைத் தாண்டிருச்சுன்னா ஒரு வருசம் பொளச்சுக் கெடக்கும்."

"ஒன்னையத் தேடித்தான் வந்தேன். ஊருக்கு ஏட்டையாவும், கெழக்கத்திக்கார பெரிய மனுசன் ஒருத்தரும் வந்திருக்காங்க. எல்லா ஆம்பளங்களையும் முனியப்பசாமி கோயிலுக்குக் கூட்டிக்கிட்டு வரச் சொன்னாங்க. நானும் எவ்வளவோ சொன்னேன். மத்த ஆம்பிளகளப் பாக்கல, ஆல்பாடிய

மட்டும் பாத்தேன், கூட்டிக்கிட்டு வர்றேன்னு சொல்லிக்கிட்டு வந்தேன்."

தன்னைத் திட்டுக்கு போகச் சொல்லுகிறான் எனப் புரிந்து கொண்டாள் ஏழத்தாள்.

"ஆத்தாடி நான் திரும்பவும் திட்டுக்குப் போக மாட்டேன். ஆணியடிச்ச பனைமரத்த மறுபடியும் பாக்கணும். நீ ஆம்பள தான, நீ போயி ஆல்பாடி மாமாவக் கூட்டிக்கிட்டு வா."

"இந்தா பாரு ஏழத்தா. நம்ம ஊர்ல ரெண்டு பெருசுக, நானு, ஆல்பாடி தவித்து ஒரு ஆம்பள ஊருக்குள்ள இல்ல. போலீசு வந்திருக்கையில ஊரே ஆம்பளக இல்லாம வெறும் இரண்டு பெருசுக இரண்டு எசக்கத்த ஆம்பளைக மட்டும் இருந்தா போலீசு சந்தேகப்படும்."

"மத்த ஆம்பிளைக?"

"இருட்டுக் கட்டிட்டு போய்ட்டாங்க, போலீசு வர்றதுக்கு கொஞ்ச நேரத்துக்கு முன்னாடி."

"திரும்ப வரவழைப்போமா?"

"முடியாது தாயி. எந்தத் திக்கில போனாங்கன்னு தெரியலை. அதுனால எனக்கு ஒரு ரோசன. நீ இப்படியே பதறின மாதிரி வந்து திட்டில இருந்த சல்லி அம்மாவாசிக்குக் கைகால் இழுத்துக்கிருச்சு. அவர ஊர் ஆம்பளக சேர்ந்து மதுர பெரியாஸ்பத்திரிக்கு தூக்கிட்டுப் போயிருக்காங்க. நான் தான் அனுப்பிவச்சிட்டு வர்றேன்னு போலீசுகிட்ட சொல்லு."

"யாத்தே! போலீசுன்னாலே எனக்குக் கைகால் உதறுது. நா ஏதாவது ஒன்னு, கெடக்க ஒன்னு ஔறி வச்சுடுவேன். நான் பேசாம வாயில சீலத் துணிய வச்சிக்கிட்டு அழுகுற மாதிரி நிக்கிறேன். நீ ஏதாவது சொல்லிக்க."

தெருப் பூ கட்டுதல்

உச்சி வெயில் நேரத்தில் அடர்ந்து கிளைவிட்டுப் பரவி யிருந்த கல்குளம் கண்மாய்க்கரை ஆலமர நிழலில் நிம்மதியான தூக்கம் போட்ட ஆல்பாடி, குழந்தைகள் சத்தம் கேட்டு எழுந்தான். பொட்டக் கண்மாய்க்கு விறகு பொறுக்கப் போனவர்கள் திரும்பிக் கொண்டிருந்தார்கள். அன்று இரவு சம்பவம் செய்யப் போகும் இளந்தாரிகள் இரண்டு பேர் முனியப்ப சாமி கோயில் முன்பாக நின்று கொண்டிருந்தார்கள். ஆல்பாடி எழுந்து தரையில் கிடந்த துண்டை உதறி முகத்தைத் துடைத்துக் கொண்டான். கோயிலுக்கு முன்பாக நின்றிருந்த சல்லிசோணையும், நல்ல மாடுவையும் பார்த்த ஆல்பாடி,

“எந்தப் பக்கம் பா இன்னைக்கு?” என்றான்.

“முடிவு செய்யலைண்ணே. கெழக்கே ஒரு இடம் பாத்துருக் கோம். வடக்கேயும் பாத்துருக்கோம். துப்புக்காரன் ரெண்டு எடத்திலேயும் தயாரா யிருக்கானுங்க. நாம போக வேண்டியது தான். நம்மகூட சேர்ந்து வந்திருவானுங்க” என்றான் நல்ல மாடு. சல்லிசோணை இன்று முதல்முறையாக கூட்டாளியுடன் ராத்தொழிலுக்குப் போகப் போகிறான்.

“சாகா பாத்தாச்சா?”

“ரெண்டு எடமும் முழுசா சல்லட போட்டு சோதிச்சுப் பாத்துட்டோம். ரெண்டு எடத்திலேயும் எந்த தொல்லையும் இல்ல. நாய் தொந்தரவு இல்ல. சம்பவ எடத்துக்குப் பக்கத் திலேயே கம்மா இருக்கு. மாட்டப் புடிச்சுக்கிட்டு கம்மாக்குள்ள எறங்கிட்டோம்னா, அவ்வளவுதான். ஒரு பய நம்ம பின்னால வர முடியாது.”

“கம்மாக்குள்ள காட்டுப்பன்னி, நரிக்கூட்டம் இருக்கா?”

"இருக்குண்ணே. கையில பந்தம் இருக்கு. நம்மள காட்டுச் சீவாத்துக சுத்திக்கிரிச்சுன்னா, தீப்பந்தத்த பத்த வச்சிருவோம்."

"சரி, ரெண்டு எடமும் சாதகமான எடம்னா தெருப்பூ கட்டிப் பாரு. சாமி உத்தரவு கொடுத்திரும்ல."

"சரிண்ணே" என்ற நல்லமாடு கோயிலுக்குள் இருந்த வேப்ப மரக்கிளையில் கட்டியிருந்த ஒரு மஞ்சள் துணியைக் கழட்டிக் கொண்டு வந்தான். அதை நான்கு சம பாகங்களாகக் கிழித்தான். வேப்பிலையை மரத்திலிருந்து பறித்து அதை ஒரு துணியில் பொட்டணம் போலக் கட்டினான். ஒரு துணியில் மண்ணை எடுத்து பொட்டலமாக்கினான். கோயிலுக்குள் சென்று மஞ்சத்தூளையும் விபூதியையும் எடுத்து அதையும் இரண்டு பொட்டலமாக்கினான்.

"அண்ணே, நாலு பொட்டணம் ரெடி. வேப்பில, மஞ்சத் தூள், மண்ணு, விபூதி."

"யாராது பொட்டப் பிள்ளையப் பாரு" என்று சல்லி சோணையிடம் சொன்ன ஆல்பாடி, கோயிலுக்கு எதிரில் இருந்த கண்மாயில் இருந்து தண்ணீர் எடுத்து முகம், கை, கால்களைக் கழுவிக் கொண்டான். கோயிலுக்குள் சென்று நெற்றி நிறைய விபூதி பூசிக் கொண்டான். அவன் முன்பாக எட்டு வயது, ஒன்பது வயது பெண் குழந்தைகள் நின்றிருந்தன. அந்தக் குழந்தைகள் அவர்களின் தாயாரின் பழைய சேலையை இரண்டாகக் கிழித்து ஆளுக்கு ஒன்றாகக் கட்டியிருந்தனர்.

"இதுக ரெண்டும் யாரு பிள்ளைக?" மொந்தையின் சத்தத்தைக் கேட்டு கோயிலுக்கு முன்பிருந்த அனைவரும் திரும்பிப் பார்த்தனர். கம்பு ஊன்றியபடி வந்த மொந்தை கண்களை இடுக்கிக் கொண்டு நின்றிருந்த குழந்தைகளைப் பார்த்தார்.

"சிய்யான், இதுக ரெண்டும் நம்ம கோட்ட பொண்டாட்டி முனியம்மா இருக்குள்ள?"

"ஆமா முனியம்மா."

“அது வீட்டுக்கு வந்திருக்க விருந்தாளிப் பிள்ளைக. தெருப் பூ எடுக்கக் கூப்பிட்டோம்.”

“நல்லது நல்லதுடா. பொம்பளப் பிள்ளைக அசலூர்னாலும் நம்ம ஊர்னாலும் வித்தியாசம் இல்ல. பொட்டப் பிள்ளைக சாமி பொறப்பு” என்றபடி மொந்தை கோயில் முன் கிடந்த மண்ணை எடுத்து நெற்றியில் பூசிக் கொண்டார்.

“யப்பா, எல்லாரும் சுத்த பத்தமா இருக்கீங்களா? கைகால் அலம்பியாச்சா?”

“எல்லாம் பண்ணியாச்சு சிய்யான்.”

“சரிடா, தெருப் பூவப் போடுங்கடா, சாமி முன்னாலே.”

“டேய் நல்ல மாடு, சிய்யான் சொன்னது மாதிரி சாமிய நல்லா கும்பிட்டுக்கிட்டு தெருப் பூவப் போடு. யாத்தா ஒங்க ரெண்டு பேர்ல தங்கச்சி யாரு, அக்கா யாரு?“

“நான்தான் தங்கச்சி. இது எங்க அக்கா.”

“சரி, தங்கச்சி பாப்பா, நீ வா. கலச்சிப் போட்டிருக்கிற இந்த நாலு பொட்டணத்துல ஒண்ணே ஒன்ன மட்டும் எடுத்து சிய்யான்கிட்டக் கொடு.”

குழந்தை ஒரு பொட்டலத்தை எடுத்துக் கொடுத்தது. அதைப் பிரித்துப் பார்த்த மொந்தை, “டேய் மஞ்சள்டா, மேற்க, தடை.”

“சரிதான், சிய்யான் நாங்க மேற்கே போறதா ஏற்பாடு பண்ணல.”

“அப்படியா ரொம்ப நல்லது” என்ற மொந்தை, “கொழந்த அடுத்த ஒரு பொட்டணத்தை எடுத்து என்கிட்டக் கொடு” என்றார்.

பொட்டணத்தைப் பிரித்த மொந்தை, “விபூதிடா. தெக்கே தடை“ என்றார்.

“நல்லதா போச்சு. நாங்க தெக்கேயும் போகப் போறதில்ல.”

“இதுவே போதும்டா. நல்ல சகுனம்தான். இருந்தாலும் ரெண்டு பொம்பளப் பிள்ளைக வந்திருச்சுக. ஒரு பிள்ளைக்கு

முக்கியத்துவம் கொடுத்திட்டு அடுத்ததுக்கு கொடுக்கலைன்னா சாமிக்குத்தம் வந்திடும். நீ வாத்தா” என்று பெரிய குழந்தையைக் கூப்பிட்ட மொந்தை, “நீ ஒன்ன எடு” என்றார். மனதில் வேப்பிலை என்று நினைத்துக் கொண்டார். குழந்தை எடுத்த பொட்டணத்தில் மண் இருந்தது.

“சிய்யான் மனசுல நெனச்சது சரியா வந்துச்சா?”

சிறிது நேரம் யோசித்த மொந்தை, கைத்தடியைத் தரையில் வைத்து உட்கார்ந்து கொண்டார்.

“டேய் ஆல்பாடி, நானு வேப்பிலையை நெனச்சேன். மண்ணு வந்திருக்கு.”

இரண்டு பெண் குழந்தைகளும் மலங்க மலங்க விழித்தபடி நின்றிருந்தன. அவர்களது வேலை முடிந்துவிட்டது. பெண் குழந்தைகள் சிறு வயதிலிருந்தாலும் பெரியவர்கள் பேசுவதைக் கூர்மையாகக் கவனிக்கும். அதுவும் இவை இரண்டும் கோட்டை பொண்டாட்டி முனியம்மா வீட்டிற்கு வந்த அவளது சொந்தக்காரப் பிள்ளைகள். இங்கு நடக்கும் பேச்சு வார்த்தை முனியம்மாளுக்குத் தெரிய வேண்டியதில்லை. ஒருவேளை இன்றைக்கு ராத்தொழிலுக்குப் போகப் போகிறவர்கள் முனியம்மாவுக்கோ, அவள் புருசன் கோட்டைக்கோ பிடிக்காத ஆளாயிருந்தா சம்பவம் நடக்கும்போது பிரச்சனையாகிவிடும். ராத்தொழிலில் ரகசியம் முக்கியம். உள்ளூர்க்குள்ளும் விசயம் கசியக் கூடாது. காரியம் நடந்து மாடுகள் ஊர் வந்து சேரும்வரை சம்பவம் செய்பவர்களைத் தவிர யாருக்கும் தெரியக் கூடாது. அதனால், “ஆத்தாமார்களா! நீங்க கௌம்புங்கத்தா” என்று சொல்லிய மொந்தை அவர்கள் நடந்து செல்வதைத் தலையைத் திருப்பிப் பார்த்தார். பின்பு ஆல்பாடியிடம் திரும்பினார்.

“சொல்லுப்பா ஆல்பாடி.”

“வடக்கு, கெழக்குத் தெசைக நமக்குச் சாதகமாத்தானே யிருக்கு?”

“அது என்னவோ சரியாத்தானப்பாயிருக்கு. யாரு யாரு போற மாதிரியிருக்கு?”

“நல்லமாடும், சல்லிசோணையும்” என்றான் ஆல்பாடி.

“சம்பவம் நடக்கட்டும்பா. ஆனா இவுக ரெண்டு பேரும் வேணாம். நல்லமாடு விவரம் இல்லாதவன். சல்லிசோணை மொத முறையா கூட்டுச் சேந்து போறான்.”

“எங்க ரெண்டு பேரையும் விட்டா, கட்டாக்காளைக்கும் ஏழப்பனுக்கும் எடம் தெரியும். அவனுங்கள அனுப்பலாமா?”

“சாகா நல்லாப் பாத்துட்டீங்கள்ல? பிரச்சனையான இடம் இல்லைல?”

“இல்ல அப்புச்சி. இப்ப அந்த ஊர்ல வடக்குவாச்செல்லி கோயில் விசேசம் நடக்குது. ஊர் சனம் பூராம் சாயங்காலத்துல யிருந்து நடுராத்திரி வர கோயில்ல தான் இருக்கும்.”

“சரி, அவனுங்க ரெண்டு பேரும் போகட்டும். மறந்துறாம தீப்பந்தத்தையும் எடுத்துக்கிறட்டும்” என்றார் மொந்தை.

★

நாங்கூரை நெருங்கிவிட்டனர். துப்புக் கொடுத்த ஊர்க் காரன் காளை மாடுகளைக் காண்பித்தான். சாதாரணமாக முன்னிரவில் மாடு அவிழ்க்கும் வழக்கம் இல்லை. ஆனால் இன்று சகுனங்கள் மிக நன்றாகயிருந்தன. தொழிலுக்குச் சாதகமான திசையில் அரிக்கன் இருக்கிறான். கல்குளத்திலிருந்து நாங்கூருக்கு ஐந்து மைல் தூரம் இருக்கும். அரை நாழி நேரத்தில் ஏழப்பனும், கட்டாக்காளையும் வந்துவிட்டார்கள். இருவரும் கறுப்பு வண்ணத்தில் வேட்டி கட்டி அதைத் தார்ப்பாச்சாகக் கட்டியிருந்தனர். இடுப்பிலிருந்து தொடை வரை தெரிந்தது கறுப்பு ஆடை. உடலில் வேறு எந்த இடத்திலும் துணி, கயிறு எதுவும் இல்லை. இருட்டுக் கட்டி ஆகிவிட்டால் அடுத்த கால் நாழிகைக்குள் மாட்டோடு சம்பவம் நடத்திய ஊர் எல்லையைத் தாண்டி விடுவார்கள். ஊருக்கு வெளியே வடக்குவாச்செல்லி கோயிலில் மாவிளக்குப் பூஜைக்காக ஜனங்கள் சென்றிருப்பதால் ஊரிலிருந்த நாய்களும் அவர்களோடு சென்றன. இது இருட்டுக்கட்டிகளுக்கு வசதியாகப் போய்விட்டது. துப்பு சொன்னவன், அட்டைப்பூச்சி போல ஒட்டிக் கொண்டான். கூலி கொடுக்காமல் இருட்டுக்கட்டிகள் கிளம்பி விடுவார்களோ என்ற பயம் அவனுக்கு.

"யோவ், கொஞ்சம் தள்ளிப் போய்யா, நாங்க முழுசா சாகா பாத்து வச்சிட்டோம். நாங்க கௌம்பும்போது நல்ல சகுனம்தான் கெடச்சுது. நீ பாட்டுக்கு ஒண்ணுந் தெரியாதவன் மாதிரி வடக்குவாச் செல்லி கோயிலுக்குக் கௌம்பிப் போய் பொரி விளங்கா மாவு உருண்டையும், அதிரசத்தையும் வாங்கித் தின்னுபுட்டு வீட்ல போய் படுத்துக்க. மாட்டுக்காரன் கிட்டயிருந்து தொகை கிடச்சதும் ஒனக்குக் காசு வந்து சேந்துரும்."

துப்புச் சொன்னவன் நகரும்வரை பார்த்திருந்த ஏழப்பன், மெதுவாகப் பூனை நடை நடந்து மாட்டின் அருகில் நெருங்கினான். படுத்திருந்த மாடு எழுந்து நின்று சாணி போட்டு மூத்திரம் பெய்தது. அதுவரை பொறுமை காத்த ஏழப்பன் மாட்டின் மூக்கணாங்கயிறைப் பிடித்தான். கழுத்திலிருந்த மணியை இறுக்கமாகப் பிடித்துக் கொண்டான். "டேய், கழுத்து மணியைப் பிடி. தகரத்தில் போட்டிருக்கானுங்க. மாடு கழுத்த ஆட்டுச்சுன்னா ஊருப்பட்ட சத்தத்தக் கொடுக்கும்" என்று கட்டாக்காளையிடம் கிசுகிசுத்தான்.

இரண்டு மாடுகளையும் கழட்டிக் கொண்டிருந்தபோது, மாடுகள் குழுதாடியை நோக்கி இழுத்தன. கோமியம் கழித்து, சாணி போட்ட மாடு இயற்கையான உந்துதலுடன் குழுதாடிக் குத்தான் போகும். இதை ஓரளவிற்கு யூகித்த கட்டாக்காளை மாட்டை அதன் போக்கில் விட்டான். மாடு குழுதாடியை நோக்கி நடந்தது. இன்னொரு மாட்டைப் பிடித்திருந்த ஏழப்பன், ஒரு மாடு வேறு திசையில் இழுக்கிறது என நினைத்து தன் மாட்டிற்குப் பின்னால் குழுதாடி நோக்கிப் போன மாட்டை பத்தி வரும்படி கிரிச்சுக் கொட்டினான். அந்நேரம் எதிர்பாராதவிதமாக வடக்குவாச்செல்லி அம்மன் கோயிலில் குலவைச் சத்தம் கேட்டது. குலவைச் சத்தம் கேட்டவுடன் துப்புக் கொடுத்தவனுக்குச் சாமி வந்துவிட்டது.

"டேய்! நா கருப்பன் வந்திருக்கண்டா. எனக்கு மால மரியாத செய்யாம எங்கடா போய்த் தொலஞ்சீங்க" என்று காட்டுக் கத்தல் கத்தினான். துப்புக் கொடுத்தவனுக்குக் குலவைச் சத்தம் கேட்டால் சாமி வரும் என்று தெரியாத கட்டாக்காளை மாட்டை விட்டுவிட்டு சாமி வந்தவனின் வாயை மூடினான். வாய் முழுக்க பெரும் பெரும் பற்களை வைத்திருந்த அவன்

கட்டாக்காளையின் கையைக் கடித்துக் குதறிவிட்டான். கையையும் எடுக்க விடவில்லை. அலறிய கட்டாக்காளையைக் காப்பாற்றியே ஆக வேண்டும் என்பதால் ஏழப்பன் தரையில் கிடந்த ஒரு முழக் குச்சியை எடுத்து துப்புக் கொடுத்தவனை அடித்தான். அடி கொடுக்கக் கொடுக்க கட்டாக்காளையை இன்னும் அதிகமாகக் கவ்விக் கொண்டவனை வயிற்றில் எத்தினான் ஏழப்பன்.

கட்டாக்காளையை விட்டுவிட்டு சத்தமாக ஓலமிட்டான். "எனக்குப் பூச எங்கடா? பொங்கச் சோறு எங்கடா?" என்று அவன் கத்தினான். மாடுகளும் நகர மறுத்து முரண்டு பிடித்தன. மாட்டின் வாலைப் பிடித்து கட்டாக்காளை திருகினான். அது பின்னங்காலைத் தூக்கி உதைவிட்டது. ஏழப்பனுக்கு உயிர்நாடியில் உதை விழ, அப்படியே தரையில் உட்கார்ந்துவிட்டான். கண்கள் இருட்டிக்கொண்டு வந்தன. கட்டாக்காளை கடிபட்ட கையில் இருட்டுக் கட்டியிலிருந்த துணியில் கொஞ்சம் கிழித்து குழுதாடி தண்ணீரில் நனைத்து, கையில் கட்டிக் கொண்டான். கை கால்களைப் பரப்பிக் கொண்டு தரையில் கிடந்த ஏழப்பனிடம் வந்து, "மாமா! எப்படியிருக்கு? தூக்கிவிடவா?" என்றான்.

"என்னால எந்திரிக்க முடியலடா. உயிர்த் தளத்துல வலி தாங்க முடியலடா. கொட்ட மேல ஏறிக்கிருச்சுடா. வகுத்துக்குள்ள போயிட்ட மாதிரி இருக்கு. மாடுகள விட்டுட்டு நாம கிளம்பிருவோம். என்னப் புடிச்சு தூக்குடா" என்றான்.

"எங்கடா அந்த நாயி. துப்புக் கொடுக்கிற பயலுக்குச் சாமி வந்து நம்ம பொழப்பக் கெடுத்துட்டானேடா? ஒன் கையி எப்படியிருக்கு?"

"கடிச்சுக் கொதறிட்டான் மாமா. போற வழியில பச்சில கசக்கிக் கட்டிக்கிருவோம். சாமி வந்த ஆளு ரெண்டு மாட்டுக்கும் நடுவுல படுத்துக்கிட்டு முஸ்முஸ்ன்னுங்கிறான். அவன என்ன செய்யுறது?"

கைத்தாங்கலாக எழுந்த ஏழப்பன், "இவன இப்படியே விட்டுட்டுப் போனா ஊர்க்காரங்களுக்குச் சந்தேகம் வந்துடும். இவன விசாரிச்சாங்கன்ன நம்மப் பத்தி சொல்லிருவான்.

அதனால இவன முடிச்சிட்டுப் பொத்துனாப்புல போயிருவோம்" என்று சொன்ன ஏழப்பனின் யோசனையை கட்டாக் காளை ஏற்கவில்லை.

"மாமா, இந்தக் கூறு கெட்ட பய நம்மப் பத்தி உளறி வச்சாக்கூட நம்மள இந்த ஊர்க்காரனுங்களால கண்டுபிடிக்க முடியாது. மாடு இங்கேயே இருக்கப் போறதால நம்மத் தேடி வரவும் மாட்டானுங்க. அதுக்கும் மீறி நம்மளத் தேடி வந்தாலும் பொருள் உங்ககிட்டத் தானயிருக்கு. நாங்க என்ன புடிச்சிக்கிட்டா வந்தோம்னு சொல்லி தப்பிச்சிரலாம். ஆனா இந்த ஆளுக்கு உயிர் போச்சுன்னா போலீசு கேஸாயிடும். பெரிய பெரிய ஆபிசருங்க எல்லாம் விசாரணை அது இதுன்னு நம்ம ஊரைத் தேடி வந்திருவாங்க. ஏதோ தலைக்கு வந்தது தலப்பாகையோட போச்சுன்னு நினைச்சுக்கிருவோம். எனக்குக் கையில வலி கடுக்குது. ரத்தப்போக்கு இருக்குப்போலத் தெரியுது. ஒடனே எடத்த காலி பண்ணி ஊர் போய்ச் சேருவோம்" என்று சொன்னான்.

அடி வயிற்றில் வலியுடன் இருந்த ஏழப்பன், "சரிடா, ஏதோ தெய்வக்குத்தம் ஆயிப் போச்சுடா. என்னைய அப்படியே கைத்தாங்கலாகப் புடிச்சுக்கடா. எடது கால ஊண்ட முடியல" என்றவன், வலது காலை மட்டும் தரையில் வைத்து நொண்டி, நொண்டி நடக்க ஆரம்பித்தான். வயிறு பெரும் பாரமாகத் தெரிந்தது. வீட்டில் இவனது வருகையை நினைத்துக் காத்திருக்கும் ஏழத்தாளும், இரண்டு குழந்தைகளும் நினைவிற்கு வந்தார்கள். நெல்லுச் சோறு கேட்ட குழந்தைகளுக்குக் கேட்டதைத் தர முடியவில்லையே என்று நினைத்துக் கண்ணீர் விட்டான். கடிபட்ட வலது கையைத் தூக்கியபடி நடந்த கட்டாக்காளை, "மாமா கைய மேல தூக்குனா ரத்தம் நின்னு போயிரும்ல" என்றான். "ஆமாடா" என்றான் ஏழப்பன். "நாய்ப்பிறவி மாமா. அந்தக் கடிப்பயல..." என்று சொன்னவன், "மாமா மனுசக்கடி விசம் தானே?" என்று அழுக ஆரம்பித்தான்.

கரியா ஒருவர் எதிர் வருவார்

கல்குளம் கண்மாய்க் கரையில் இரண்டு அரிக்கன் விளக்குகளைச் சுற்றி உட்கார்ந்திருப்பவர்களின் முகம், எரியும் தீபத்தின் ஜுவாலைக்கேற்ப சில நேரத்தில் பிரகாசமாகத் தெரிந்தது. பெரியவர் சாத்துடையான் ஆலமர விழுதை முதுகுக்குச் சாய்மானமாகக் கொடுத்து உட்கார்ந்திருந்தார். அவர் தம்பி மொந்தை அண்ணனுக்கு அருகில் ஒரு மரத்துண்டில் சாய்ந்தபடி உட்கார்ந்திருந்தார். நாட்டாமை, முத்துக்கருப்பத் தேவர் எதிரில் உட்கார்ந்திருந்தார். காரியாபட்டி ஏட்டய்யா தனது அதிகாரத்தை உத்தேசித்து சற்று உயரமான இடத்தில் உட்கார்ந்திருந்தார்.

"நாட்டாம! கோவிச்சுக்காதீங்க, என்னடா ஏட்டய்யா ஓசரமான இடத்துல உட்கார்ந்திருக்காரேன்னு. இந்த மொரட்டு பூட்சையும் கால்ல கட்டியிருக்குற பட்டியையும் வச்சுக்கிட்டு, சமதரையில் ஒக்கார முடியாது. டவுசர் வேற சர்க்கஸ் கூடாரம் மாதிரி போட்டிருக்கேனா, தரையில இருக்கிற எறும்புக உள்ள புகுந்திருங்க. வெள்ளக்காரன் எங்களுக்கு டவுசர் குடுத்ததே கண்ட இடத்துல உட்காரக் கூடாதுன்னுதான்" என்று சொல்லி, சிரித்தார்.

மொந்தைக்கு ஏட்டய்யா, ஊருக்குத் திடீரென வந்தது சரியாகப் படவில்லை. ஊரில் எளந்தாரி பயக சில பேரைக் காணாம். ஏதாவது காடு கரைக்குப் போயிருக்கானுங்களோ, ராத்தொழிலுக்குப் போயிருக்கானுங்களோ தெரியவில்லை. ஏட்டய்யா தன்கூட வந்தவரை, 'நாட்டாமை' என்று அழைத் ததைக் கவனித்த மொந்தை ஏதோ பெரிய இடம் போலத் தெரியுது, ஊரில் எவன் கைவரிசை காண்பித்தானோ தெரிய

வில்லையே என யோசித்தார். இளவட்டடங்களில் கொஞ்ச நேரத்திற்கு முன்பு ஏழப்பனும், கட்டாக்காளையும் சாயந்தரம் 5 மணி போல ஊரை விட்டு வெளியே போனதைப் பார்த்தார். ஆல்பாடியும் ஏழத்தாளும் பொட்டக் கம்மாப் பக்கம் போனதும் தெரியும். கம்மாக்கு விறகு எடுக்கப் போனாங்களா இல்ல சாகப் பொழக்கக் கிடக்கிற சல்லி அமாவாசையைப் பார்க்கப் போனாங்களான்னு தெரியல. பொட்டக் கம்மாய்ப் பக்கம் போயிருக்கும் ஆட்களை அழைத்து வருமாறு தாதனை அனுப்பிவிட்டு அரிக்கேன் விளக்கு வெளிச்சத்தில் யோசனை யுடன் உட்கார்ந்திருக்கும் நாட்டாமையையும் ஏட்டய்யாவையும் பார்த்து,

"பெரியவங்க! வராதவங்க வந்திருக்கீங்க. ஊர்ல இப்ப இருக்கிறது பொண்டு பொடுசுகளும், நடக்க சீவனில்லாத அண்ணன் தம்பி நாங்க ரெண்டு பேரும்தான். யாராவது பக்கத்துக் காடு, கம்மாயில இருக்காங்களான்னு பாக்க தாதன்கிற பயல அனுப்பியிருக்கேன். எங்கக்கிட்ட கொடுக்கிறதுக்கு உங்களுக்குப் பழக்கமான திம்பண்டங்களும் இல்ல. கொஞ்சம் நேரத்தோட வந்திருந்தீங்கன்னா, முஷ்டக்குறிச்சிக்குச் சொல்லி விட்டு தாமரக்கிழங்கும், கரும்பஞ்சாறும் வர வச்சிருப்போம். அவிச்ச தாமரத் தண்டு வாசனை ஊரையே தூக்கிரும்" என்றார்.

நாட்டாமைக்கு வந்த வேலையை உடனே முடிக்க வேண்டும் என்று தோன்றியது. சிப்பாயி மாடு காணாமப் போய் நான்கு நாளாகிறது. இந்த ஊர்க்காரங்களாத்தான் இருக்கும்னு ஏட்டய்யா சொல்லுறாரு. அவரு கூட வந்திட்டு அவர் இதப் பத்தி விசாரிக்காமல் இருக்கையில் தான் பேசுவது முறையல்ல என நினைத்தார்.

ஏட்டய்யா ரொம்ப நெளிவு சுளிவானவர். மாடுகள் விசயத்தில் ஜாக்கிரதையாகப் பேச்சை ஆரம்பிக்க வேண்டும். உசுரு சம்பந்தப்பட்டது. மாடத் தொலைச்சவங்க எதையாவது கொடுத்து மாட்டக் கைப்பத்தணும்னு பார்ப்பாங்க. மாடு பிடிச்சிட்டு வந்த களவாணிப் பய அதுக்குப் புல், வைக்கோல் எதுவும் காட்டியிருக்க மாட்டான். மாடு காணாமப் போன

நாளூல யிருந்து ஏறக்குறைய அர வகுறு, கால் வகுறு தீவனம் தான் தருவான். மாடு ஒரு வாரத்துல எலும்பும் தோலுமா ஆயிடும். அப்படியிருக்கிற மாட்ட, பணம் வாங்குற வரைக்கும் மாட்டுக்காரன் கண்ணுல காட்ட மாட்டானுங்க. ரொம்ப ஜாக்கிரதையாப் பேசணும்" என்று யோசித்த ஏட்டய்யா,

"என்னா பெருசுகளா? ஊர்ல சல்லி அம்மாவாசை இருக்கானா போய்ட்டானா?" என்றார்.

"இருக்காரு ஏட்டய்யா. எங்களுக்கு அண்ணன் தம்பி மொறதான் அவரு. பொட்டக் காட்டுல இருக்குற திட்டுல இருக்காரு. நடமாட்டம் கொறஞ்சிருச்சு."

"தொழில விட்டுட்டானோ?"

"ஆமா ஏட்டய்யா, வயசாயிடுச்சு. அதோட சேத்துப் பொருள விக்க காரியாபட்டி சந்தைக்கு நடந்து போய் வர முடியல."

"சும்மா சொல்லக்கூடாது பெரிசுகளா. சல்லியோட சாராயத் துக்குக் காரியாபட்டி சந்தைப்பேட்டையில மதிப்பு ஜாஸ்தி. ஒடனே வித்துப் போகும். எனக்குக் கரும்புச்சாறு கொடுப்பான். ஒரு நட அவனைப் போய் பாத்துட்டு வந்திருவோமா?"

மொந்தைக்குத் தூக்கிவாரிப் போட்டது. காணாமல்போன மாடுகள் சல்லி அமாவாசை திட்டில் இருக்கலாம் என்று தாதன் கொஞ்ச நேரத்திற்கு முன்பு தான் சொல்லிக் கொண்டி ருந்தான்.

'ஏட்டய்யா, இந்த இருட்டுலயா போறது? பாம்பு, பூச்சி நடமாடுற நேரம். பேய் பிடிச்ச பனைமரம் வேற போற வழியில இருக்கு" என்று மொந்தை சமாளித்தார்.

நாட்டாமைக்கு வருத்தமாகயிருந்தது. ஏட்டய்யா வந்த வேலையை விட்டு விட்டு சாராயம் காய்ச்சிய கிழவனைப் பற்றி பேசி நேரத்தை வீணாக்குகிறாரே என நினைத்தார். காரியாபட்டி போலீசு ஸ்டேசனிலிருந்து உச்சி வெயிலில் புறப்பட்ட நாட்டாமைக்குத் தொடர்ந்து மூன்று மணி நேரம்

நடுவழியில் தண்ணீர் கூட குடிக்காமல் நடந்து வந்தது கிறக்கமாக வந்தது. பத்து வீட்டுடன் இருக்கும் கல்குளத்தில் எதுவும் சாப்பிடக் கிடைக்காது. தரையில் கிடந்த நான்கு ஐந்து ஆலம்பழங்களை எடுத்து வாயில் போட்டுக் கொண்டார். அவர் உட்கார்ந்திருக்கும் இடத்திலிருந்து பத்து நிமிட நடையில் சல்லி அம்மாவாசை திட்டில்தான் அவர் தேடி வந்த சிப்பாயி மாடும், காரிக் காளையும் நாட்டாமையைப் போலவே பசியுடன் இருப்பதை அவர் அறியார்.

ஏழத்தாளும், தாதனும் ஓடிவந்து ஏட்டய்யாவை வணங்கினர். ஏழத்தாளின் முகத்தை அரிக்கேன் விளக்கு வெளிச்சத்தில் பார்த்த மொந்தை, "ஏத்தா எங்க போயிட்டு வர்றவ?"

"பொட்டக் கம்மாய்க்கு மாமா."

"ஏதும் விசேசமா?"

"அப்படியெல்லாம் இல்ல மாமா."

"பேய் பிசாசு அலையுற நேரம். இந்நேரம் போய்ட்டு வந்திருக்கவ? என்ற மொந்தை, இதைப் பின்பு விசாரிக்கலாம் என்று நினைத்துக்கொண்டு,

"ஏட்டய்யா, இந்தப் பிள்ள ஏழத்தா வெவரமானவ. இவ ஒரு ஆள்கிட்டச் சொன்னா ஊருக்கிட்டயே சொன்ன மாதிரி. எதுக்கு எங்க ஊருக்கு வந்தீங்க. என்ன விசயம்னு இப்பச் சொல்லுங்க."

ஏழத்தாள் வந்திருந்த இருவரையும் பார்த்தாள். பயணக் களைப்பும், பசியும் தெரிந்த அவர்கள் முகத்தைப் பார்த்துவிட்டு,

"மாமா, ரெண்டு பேரு முகமும் ரொம்ப சோர்ந்து போய்க் கெடக்கு. ஏதாவது சாப்பிடக் கொடுத்தீங்களா?"

"ஏத்தா, நாங்களே ஒண்ணும் கெடைக்காம எப்ப நீ வருவேன்னு காத்துக்கிட்டிருக்கோம். நாங்களும் அரைப் பட்டினிதான்."

"கொஞ்ச நேரம். சொடக்குப் போடுற நேரத்துல கம்மங் கஞ்சியும் சுட்ட மொளகாயும் கொண்டு வர்றேன். எங்க

கம்மாத் தண்ணிக்கு, கூழு தேவாமிர்தமாயிருக்கும்" என்று சொல்லிக்கொண்டு வீட்டை நோக்கி ஓடினாள்.

"டேய் தாதா, மசமசன்னு நிக்காதே. போய் ஏழத்தாளுக்கு கூட மாட ஒத்தாசையாயிருந்து கம்பங்கஞ்சிய வாங்கிட்டு வா" என்றார் மொந்தை.

"பெரிசு, நீ வேற. இந்த நேரத்துல அவ அடுப்படிக்குள்ள போனா கொள்ளிக்கட்டையில ஒரு இழுப்பு இழுத்திருவா. மோசமான பொம்பள. வெரசா வந்திருவா. அவளுக்கு யார் ஒத்தாசையும் வேணாம்."

"சரிங்கைய்யா, சாப்பாடு வர்ற வரைக்கும் நாம ஏதாவது பேசுவோம். என்ன காரியமா இவ்வளவு தூரம் வந்திருக்கீங்க. சொல்லுங்க ஏட்டய்யா."

"எல்லாம் தெரிஞ்ச விசயம்தான் பெரிசு. இவரு வடகாடு நாட்டாமை. மேற்குச் சீம ஆளு. நல்ல செல்வாக்கான குடும்பம். அவரோட ஜோடி மாடுக நாலு நாளைக்கு முன்னால காணாப் போச்சு. காரியாபட்டி சந்தையில துப்பு கெடைச்சிருக்கு. துப்பு சொன்ன ஆளு உங்க ஊர்க்காரருதான். என்னடா போலீசோட வந்திருக்காரேன்னு நாட்டாமையைத் தப்பா நெனைக்க வேணாம். மாடுகள ரொம்ப பிரியமா வளத்திருக்காரு. இவரு வீட்ல பிள்ள குட்டிக்கூட சாப்பிடாம கொள்ளாம மருகிக்கிட்டுக் கிடக்குதுக. அதான் விசாரிச்சிட்டுப் போகலாம்னு வந்தோம். நான் ஏன் வந்தேன்னு நீங்க யோசிக்கலாம். போலீசு உங்க ஊருக்குள்ள ஒரு நாக் கூட வந்திருக்க மாட்டோம். நீங்க நியாய அநியாயங்களுக்குக் கட்டுப்பட்டவங்க. பேச்சை மாத்த மாட்டீங்கன்னு தெரியும். எனக்குத் தெரிஞ்ச ஏட்டய்யா திருமங்கலம் ஸ்டேசன்ல இருக்கான். அவன் ஒரு சல்லவாரிப் பய. அவன்கிட்ட நாட்டாம இந்த விசயத்தைச் சொல்லி ஓதவி கேட்டிருக்காரு. அவன் இத வச்சு உங்க ஊர் ஆளுகளுக்குத் துப்புக் கொடுத்தவ கூட சரசமாடிட்டான். நீங்க சொல்லுற ஊரு காரியாபட்டி ஸ்டேசன் லிமிட்டுன்னு கூடச் சொல்லல. அப்புறம் நாட்டாம அங்க இங்க விசாரிச்சு எங்கிட்ட வந்தாரு. நம்ம மாதிரி வேல

பாக்கிற ஒரு போலீசுக்காரன்கிட்ட ஏமாந்திருக்காரு. நாம ஒதவி செய்வோம்னு கூட வந்திருக்கேன். அவ்வளவுதான்."

"ஏட்டய்யா, எம்பேரு மொந்தை. இவரு எங்க அண்ணன். நீங்க முனியப்பசாமி கோயிலுக்கு வந்துட்டீங்க. இந்தா பாருங்க, ஒங்க பின்னாடி முனுக்கு முனுக்குன்னு வெளக்கு எரியுதுல்ல, அதுதான் முனியப்பசாமியோட கோயில். இங்க வச்சுப் பேசுனா நாங்க உண்மையத்தான் பேசுவோம். ஒடச்சுச் சொல்லனும்னா எங்க ஆளுகள்ல எவன் செஞ்சான், எங்க ஆளுகதான் செஞ்சாங்களான்னும் தெரியாது."

"என்னப்பா மொந்த. இந்தச் சுத்துப்பட்டுல 30 மைல் சுத்தளவுல ஒங்கள விட்டா யாருப்பா இந்த வேல பாக்குறது? நாங்க சும்மா வரல. ஒங்க ஆளுக சொல்லி விட்டுத்தான் காரியாபட்டி சந்தையில இவருக்குத் தகவல் வந்திருக்கு."

"இருக்கலாம் ஏட்டய்யா. கம்மங்கஞ்சி வரட்டும், சாப்பிடு வோம். அதுக்குள்ள ஊர்ல இருக்குற இளந்தாரிகள இங்க வரச் சொல்லிர்றேன், விசாரிச்சிருவோம்."

"டேய் தாதா, ஓடிப்போயி வீடுகள்ல இருக்குற ஆம்பளகளக் கூட்டிக்கிட்டு வா. விவரமான பொம்பளைக இருப்பாளுக. அவளுகளையும் கூப்பிட்டு வா, ஒடனே."

நாட்டாமை, பஞ்சாயத்து சரியான முறையில்தான் போகிறதா? என்று யோசித்தார். ஏட்டய்யாவை அவர் பார்த்த பார்வையின் அர்த்தத்தைப் புரிந்து கொண்ட மொந்தை, "நாட்டாம! கவலப்படாதீங்க. உங்களுக்கு நல்ல செய்திதான் வரும்."

ஏட்டய்யா, தான் வந்ததால் தான் எல்லாம் நல்லதாக நடக்கிறது என்ற பெருமை முகத்தில் தோன்ற நாட்டாமையைப் பார்த்தார்.

"கரியா ஒருவர் எதிர் வருவார். அப்படி வந்தால் நல்ல செய்தி வரும்னு அர்த்தம் ஏட்டய்யா."

"அப்படீன்னா என்ன மொந்தை?"

“நீங்க கருகருன்னு இருக்கீங்கல்ல, நீங்க சொன்ன திருமங் கலம் சல்லவாரி ஏட்டய்யா எப்படியிருப்பாரு? ஒங்க மாதிரி கருப்பா?”

“இல்ல இல்ல. அவன் செவப்பு. வெள்ளக்காரனுக்குப் பொறந்தது மாதிரி இருப்பான்.”

“அதுதான் சொல்றேன். உங்க கூட வந்ததால செயம்தான். கரியாப் பொருளும் கைகூடும் நாட்டாமைக்கு.”

ஏழத்தாள் கம்மங்கூழைக் கொண்டு வந்து லோட்டாவில் ஊற்றிக் கொடுத்தாள். தூரத்தில் ஊர் ஆண்களும் பெண்களும் கோயிலை நோக்கி வந்தனர். விருந்தினர்கள் சாப்பிடுவதைப் பார்த்துத் தூரத்திலேயே நின்று கொண்டனர்.

நல்லமாடு

முனியப்பசாமி கோயில் முன்பாக திரண்டிருந்த கூட்டத்தில் பெரியவர்கள் சாத்துடையானும் மொந்தையும் கயிற்றுக்கட்டிலில் சாய்ந்து கிடந்தனர். ஏட்டய்யா உயரமான இடத்தில் உட்காருவதற்கு ஏதுவாக தரைமண்ணைக் கூட்டி உயர்த்திய மணல்மேட்டில் அமர்ந்திருந்தார். இடுப்பி லிருந்த பெல்ட்டும், காலில் போட்டிருந்த முரட்டு மாட்டுத் தோல் பூட்சும் முழங்கால் வரை கட்டியிருந்த காக்கித் துணிப்பட்டையும் அவர் அருகில் உட்கார்ந்திருந்த நல்லமாடு விடம் ஒப்படைக்கப்பட்டிருந்தது. நல்லமாட்டிற்குத் திருமண வயது வந்திருந்தாலும், துருத்திய வகுறும், சோகை பாய்ந்த குச்சி கை, கால்களும் அவனது திருமணத்திற்குப் பெரும் தடையாக இருந்தன. அவன் பெரும்பாலும் இரவு நேரத்தில் ஆலமரத்தடியில் படுத்திருப்பான். பஞ்சாயத்துகள் நடக்கும்போது நல்லமாடுவை யாரும் கையில் பிடிக்க முடியாது. எல்லோரும் அவனுக்கு ஏதாவது வேலை சொல்லிக் கொண்டிருப்பார்கள்.

இன்றைக்கு அவன் வாழ்வில் மிக முக்கியமான நாளாகக் கருதினான். அவன் இதுவரை போலீஸ்காரரைப் பார்த்ததில்லை. அதுவும் அவரே பஞ்சாயத்தில் உட்கார்ந்திருக்கும்போது அவருக்கு மிக அருகில் உட்கார்ந்து அவரது பொருட்களைப் பந்தோபஸ்து செய்து கொண்டால், இனிவரும் பஞ்சாயத்து களில் நல்லமாட்டிற்குப் பெரும் கித்தாப்பாக இருக்கும். அடிக்கடி ஏட்டைய்யாவைப் பார்த்து வணங்கிக் கொண்டான். தோளிலிருந்த துண்டை எடுத்து ஏட்டய்யாவின் முரட்டுக் கால் பூட்ஸ்களைத் துடைத்துவிட்டான். அவர் கால்பட்டியை எடுத்து உதறினான். அது மேல்துண்டு நீளத்திற்கு இருந்தது. “இது என்னடா நல்லமாடு, கோமணத்துணி மாதிரியிருக்கு?”

என்று எவனோ கூட்டத்திலிருந்து கத்தினான். ஏட்டய்யா தனது காலைத் தடவிக் கொண்டார். நல்லமாடு அவரது உள்ளங்காலைத் தடவிப் பிடித்து விட்டான்.

"ஒம்பேரு என்னடா? நல்ல பயலாயிருக்கயே?"

"நல்லமாடு ஏட்டய்யா."

"நல்ல பேரா இருக்குடா" என்ற ஏட்டய்யா, "என்னா பெருசுகளா, எல்லாத் தலைக்கட்டும் வந்திருச்சுகளா? விசாரிக்கலாமா?" என்றார்.

"விசாரிக்கலாம் ஏட்டய்யா."

"நீங்களே விசாரிங்கப்பா. ஊர் நடமுறையில நானு தலையிடக் கூடாதுல்ல?"

கயித்துக் கட்டிலிலிருந்து பெரும் முயற்சி செய்து எழுந்த மொந்தை, "யப்பா, ஊர்க்காரங்களா! எங்க அண்ணன் சார்பா பேசுறேன். அவர் படுத்துக்கிட்டு கேட்டுக்கிட்டிருக்கிறாரு. அவருக்கு எம் பேச்சு ஒப்பலைன்னா அவரு நடவடிக்கையிலேயே நா கண்டு பிடிச்சிடுவேன். அவரு என்ன சொல்லுறாரோ அது தான் எனக்கும். நம்ம ஊருக்கும். சரிதானப்பா?"

"சரிதான் பெரிசு. நீ ஆரம்பி."

"நம்ம ஏட்டய்யா கூட வந்திருக்கிறவர் வடகாடு நாட்டாமை. வடகாடு மேற்குச் சீம ஊரு. மேலக்கோட்டை பக்கம். நாட்டாமையோட காள மாடுக, நாலு நாளைக்கு முன்னே காணாமப் போச்சாம்! ஒன்னு செவலக்காள. இன்னொன்னு காரிக்காள. நம்மப் பத்தி துப்புக் கெடைச்சு வந்திருக்கார். சம்பவம் பண்ணுனவங்க மேல எந்த நடவடிக்கையும் இருக்காதுன்னு பேசிட்டோம். நாட்டாம சரின்னுட்டார். சொல்லுங்கப்பா, யாரு சம்பவம் பண்ணுனது."

"நாங்கதான் பெரிசு" என்று பெண் குரல் கேட்டது. ஏழத்தாள் எழுந்து நின்றாள்.

"ஏத்தா, பொம்பளக இந்த மாதிரி ஜோலிக்குப் போகக் கூடாதுன்னு தெரியாதா ஒனக்கு?"

“நான் போகல. எங்க வீட்டு மேளிமண்டயும், கட்டாக் காளையும் போனாங்க.”

“இப்ப எங்க அவனுங்க?”

“அந்தக் கண்றாவிய ஏன் கேக்குறீங்க? மேளிமண்டைக்கு உயிர்த்தளத்தில் அடி. கட்டாக்காள கைய எவனோ ஒரு பல்லுப்பய கடிச்சி ரணமாக்கிட்டான். ரெண்டும் என் வீட்ல படுத்துக் கெடக்குக. என்கிட்ட விபரம் சொல்லி அனுப்புச்சுக.”

“யாருமா மேளிமண்ட?” என்றார் ஏட்டய்யா.

“இது ஏழத்தா அக்கா. அது புருசன மேளிமண்டன்னு அக்கா மட்டும் கூப்பிடும். அவருபேரு ஏழப்பன். கட்டாக்காளை இந்த அக்காவுக்கு தம்பி” என்று நல்லமாடு ஏட்டய்யாவிடம் விளக்கினான்.

“சரி சரி. மாடுக எங்கயிருக்கு சொல்லு பிள்ள.”

“பத்திரமாயிருக்கு ஏட்டய்யா.”

“பெருசுகளே! என்னா தொகை வேணும்னு கேட்டுச் சொல்லுங்கப்பா.”

மொந்தை, ஏழத்தாளை அருகில் அழைத்தான்.

“நானூறு அப்புச்சி.”

“அதிகமாத் தெரியுது ஏழத்தா.”

“மாடுக ரெண்டும் ரொம்ப போர்சு. நாலு நாளா எங்களால கட்டுப்படுத்த முடியல. இரண்டும் எண்ணூறு ரூபா போகும். அதுதான் பாதி கேக்கிறேன்.”

ஆல்பாடிக்குக் கோபம் வந்துவிட்டது.

“இங்க பாருத்தா. ஆம்பளக பேச வேண்டிய இடத்துல பொம்பள இவ்வளவு ராங்கா பேசக்கூடாது. வந்திருக்கிறது யாரு? அவுக தராதரம் என்ன, எல்லாம் தெரிஞ்சு பேசணும்.”

“நா மாட்டப் பாக்கணும்” என்றார் நாட்டாமை.

“இல்ல நாட்டாமை, அது முறையில்ல. எங்கப் பழக்கமும் இல்ல. பொருள் அச்சுக் கொலயாம உங்ககிட்ட வந்திடும்.”

“சரிப்பா, நா பணத்தப் புரட்டிட்டு வர்றேன். நாளைக்குச் சாயந்தரம் வர்றேன்.”

நாட்டாமைக்குப் பதில் சொல்லுவதுபோல மொந்தை பேசினார்.

“மாடு பிடிச்சுட்டுப் போறதுக்கும் ஆளோட வந்திருங்க. அப்புறம் நாட்டாம இத மனசில வச்சிக்கிர வேணாம். எங்க ஊர் பக்கத்தில இருக்க முஷ்டக்குறிச்சியில இருந்து வாலு பேத்திய உங்க ஊர்ல கட்டிக் கொடுத்திருக்கோம். எங்க ஆளுககிட்ட ரெட்டியார் வீடுன்னு தப்பா தாக்கல் சொல்லிட்டாங்க. நம்ம சாதி சனம்னா இது நடந்திருக்காது. இதக்கூட இப்பிடியே விட்டுட்டு மாட்ட உங்ககூட அவுத்து விட்டுருவோம். ஆத்துல அழகர் எறங்குற நேரம். நல்ல சோறு சாப்பிடனும். உங்க கைங்கரியமாயிருக்கட்டும். பால்ல சத்தியம் செஞ்சு தந்திர்றோம். இனிமே உங்க ஊர்ல எந்த ஓரண்டையும் இழுக்க மாட்டோம்.”

முத்துக்கருப்பத் தேவர் துண்டை உதறித் தோளில் போட்டுக் கொண்டார். ஏட்டய்யா முழங்காலில் காக்கிப் பட்டியைக் கட்டி பூட்ஸ் போடும்வரை காத்திருந்தார். பெல்ட்டை தோளில் போட்டுக் கொண்ட ஏட்டய்யா, ஊரைவிட்டுக் கிளம்பினார்.

“நாளைக்கு நாட்டாம வருவாரு. ஊட மாட துணையாயிருடா நல்லமாடு” என்று ஏட்டய்யா சொன்னார். முத்துக்கருப்பத் தேவர் பின்னால் வந்த ஏழத்தாள், “தப்பா நினைச்சுக்காதீங்க நாட்டாமை, உங்க வீட்ல பண்ணுனது தப்பாப் போச்சு. துப்புக் கொடுத்தவங்க எங்கள ஏமாத்திட்டாங்க. அதுக்குத் தண்டனை கெடச்சிருச்சு. சம்பவம் பண்ணுன எங்க வீட்டு மேளிமண்டையும், கட்டாக்காளையும் இப்போ வீட்ல படுத்துக் கெடக்குங்க. எந்திரிக்க பத்து நாளுக்கு மேல ஆவும். உங்க புண்ணியத்துல ஆத்துல அழகர் எறங்குற நாள்ல நல்லது பொல்லது பிள்ளைங்களுக்குக் கிடைக்கும். வகுறார சாப்பிடுங்க. நா ஏதாவது மருவாதியில்லாம பேசியிருந்தா மன்னிச்சுக்கோங்க. இனிமேல உங்க ஊருப் பக்கம் செத்தாலும் தல வச்சுப் படுக்க மாட்டோம். உங்க ஊர்ல துப்புக் கொடுத்த அந்த நாதாரி நாய்ங்க எவனோ குருவி மண்டையோ, காக்கா மண்டையோ அவன்கிட்டயும் அவன் பொஞ்சாதி நாடு

மாறிகிட்டயும் எந்தச் சங்காத்தமும் வச்சிக்கிற மாட்டோம். வீட்ல படுத்துக் கெடக்கிற மேளிமண்டைக்கும் என்னோட தம்பி கட்டாக்காளைக்கும் திருநீறு கொடுங்க. ஒங்க சாமிய வேண்டிக்கிட்டு" என்றாள்.

முத்துக்கருப்பத் தேவருக்கு இவள் கேட்கும் நானூறு ரூபாயை எப்படிப் புரட்டுவது என்று மனப் போராட்டம். வீட்டில் நெல் மூட்டைகளும் இல்லை. இருந்த காசும் கிணற்றை ஆழப்படுத்தியதில் செலவழிந்துவிட்டது. ஒரே வழி கருப்பாயியின் காதில் தொங்கும் சவுடியை வாங்கி திருமங்கலம் ராஜேந்திரா பேங்கில் அடகு வைப்பதுதான். சிப்பாயி காணாப் போன சோகத்திலிருக்கும் கருப்பாயியிடம் எப்படிச் சவுடியைக் கேட்பது என்ற மனக்கிலேசத்தில் இருக்கும்போது, ஏழுத்தாளின் கண்களில் தெரியும் கெஞ்சல் அவர் மனதை ஏதோ செய்தது.

"நாட்டாம, உங்க ஊருலயிருக்க அந்த நாடுமாறிக்கு எங்க வீட்டு மேளிமண்ட தங்கக் காப்பு செஞ்சு போடுறேன்னு சொல்லிட்டு வந்திருக்கு. எந்தம்பி சொன்னான். என்னைய விடவா அவ நல்லாயிருப்பா?" என்று சொல்லி தலைமுடியை அவிழ்த்துக் கையில் பட்பட் என்று அடித்துக் கூந்தலை சுருட்டிக் கொண்டையிட்டாள். சிவந்த முகத்திலிருந்து பளபளப்பான இடுப்புவரை நீண்ட கருகருவென்ற சுருள் கூந்தல் தலையில் பெரும் கொண்டையாக மாறியதை முத்துக்கருப்பத் தேவர் பார்த்தார். பின்பு திரும்பிப் பார்க்காமல் வேகநடை நடந்து தூரத்தில் சென்ற ஏட்டய்யாவுடன் சேர்ந்து கொண்டார்.

சவுடியா? சிப்பாயா?

நாட்டாமை வீட்டு கருப்பாயிக்குக் காது தோள்பட்டை வரை தொங்கும். இரண்டு காதிலும் மூன்று மூன்று வட்ட தங்க சவுடிகளைப் போட்டிருப்பார். சில பெண்கள் தண்டட்டியைப் போட்டிருப்பார்கள். தண்டட்டி சின்ன இட்லிச் சட்டிபோல இருக்கும். உள்ளீடு முழுவதும் அரக்கு. சவுடி முழுவதும் தங்கத்தினாலானது. காது வளர்ந்தவர்களிடையேயிருந்த பொருளாதார ஏற்றத் தாழ்வுகளைச் சவுடி, தண்டட்டியை வைத்துக் கண்டறிய முடியும்.

வடகாடுக்குத் திரும்பிய முத்துக்கருப்பத் தேவர் வீட்டு வராந்தாவில் உட்கார்ந்திருந்த கூட்டத்தைப் பார்த்தார். அவர்கள் பேச்சு மும்முரத்தில் இருந்தனர். கருப்பாயியின் காதுகளில் தொங்கிய சவுடி அவருக்கு ஒருவித நம்பிக்கையையும், சற்றுப் பயத்தையும் கொடுத்தது. சட்டைப் பையைத் தடவிப் பார்த்துக் கொண்டார். ஒரு நூறு ரூபாய் தாளும் இரண்டு அரையணா காசும் கையில் தட்டுப்பட்டது. சிப்பாயியையும் காரிக் காளையும் மீட்டுக்கொண்டு வர இன்னும் முன்னூறு ரூபாய் வேண்டும். அந்தப் பெண் ஏழத்தாள் நானூறு ரூபாய் வேண்டும் என்று கேட்ட போது கொஞ்சம் பேரம் பேசியிருக்கலாமோ? என்று இப்போது தோன்றியது. மாட்டை மீட்கப் போகும்போது நானூறு ரூபாய்க்கு குறைவாகக் கொடுத்தால் அந்தப் பெண் என்ன நினைப்பாள் என்ற எண்ணமும் வந்தது.

வாயிலில் செருப்பை நாட்டாமை கழற்றிவிடும் சத்தம் கேட்டு வராந்தாவில் இருந்தவர்கள் எழுந்து நின்றனர். முத்துக்கருப்பத் தேவர் தரையில் உட்கார்ந்து தூணில் சாய்ந்து கொண்டார்.

கூட்டத்திலிருந்த இளம் பெண் ஒருத்தி ஓடிப்போய் சில்வர் டம்ளரில் தண்ணீர் கொண்டுவந்து கொடுத்தாள். நாகரீக மாற்றத்தில் வீட்டிலிருந்த அனைத்து வெங்கல சட்டி, வெங்கலப் பானை, சாப்பிடும் கும்பா, தண்ணீர் குடிக்கும் வெங்கல டம்ளர்கள் மதுரை புதுமண்டபக் கடைகளில் பண்டமாற்று செய்யப்பட்டுவிட்டன. வெங்கல பாத்திரங்கள் இருந்த இடத்தை எவர்சில்வர் பொருட்கள் ஆக்கிரமித்துவிட்டன.

நாட்டாமை எவர்சில்வர் டம்ளரிலிருந்து தண்ணீர் குடித்து முடிக்கும் வரை காத்திருந்த உருளக்கட்டை, "அப்புச்சி போன காரியம் பழம்தானே?" என்றான்.

"ம், ம்" என்ற நாட்டாமை, "இந்தக் குருவி மண்டையன் தாண்டா துப்புக் குடுத்திருக்கான். என்னைய ரெட்டியார்ன்னு சொல்லியிருக்கான்."

"அதுதான் அப்புச்சி. நம்மாளுகன்னு தெரிஞ்சா கட்டாயம் மாட்ட அவிக்க மாட்டாங்க" என்றாள் இருளி. அவள் மாடு களவாண்ட கல்குளத்திற்குப் பக்கத்து ஊர்க்காரி என்பதால் அவளுக்கு விபரம் தெரியும் என்று யாரும் எதுவும் மறுப்பு சொல்லவில்லை. இந்தத் திருட்டில் குருவி மண்டையை மட்டும் குறை சொல்ல முடியாது என்று கருப்பாயிக்குத் தெரிந்தது. ஆனால் உள்ளூர் ஆம்பளைகள் யாரும் அவன் மனைவியைக் குறை கூறுவதில்லை என்று அங்கிருந்த பெண்கள் அறிவார்கள்.

"அப்புச்சி, அந்தக் குருவி மண்டப் பயலுக்குக் கல்குளத்து ஆளுகளோட நேரடியா பழக்கம் இருக்காது. ஒன்னு அவன் சினிமா கொட்டகையில டிக்கெட் கிழிக்கிறான்ல, அதுல எவனாது களவாணிப் பயலுக பழக்கம் கிடைச்சிருக்கும். இல்லைன்னா அவம் பொஞ்சாதி அந்த நாடுமாறி திருமங்கலம் மார்கெட்ல பூண்டு, தேங்காய்ன்னு விக்கிறாள்ல, அவ மூலமா வேண்டாத சகவாசத்தப் புடிச்சிருப்பா."

"அவ மூலமாத்தான் இருக்கும். நாடுமாறி முண்ட" என்றாள் கருப்பாயி.

நாட்டாமை பேச்சை மாற்ற விரும்பினார். இன்றே விரைவாக பணத்திற்கு ஏற்பாடு பண்ணினால்தான் நாளை

சிப்பாயை வீட்டிற்குக் கொண்டு வர முடியும். கருப்பாயியின் சவுடியை வாங்கி அடகு வைத்தால்தான் முடியும்.

கருப்பாயிடம் கூட்டத்திலிருக்கும்போது சவுடியைப் பேசி வாங்குவது எளிது. ஒருமுறை இதே சவுடியை அடகு வைத்து, திருப்ப நாளானதால் ராஜேந்திரா பேங்கர் நோட்டீஸ் அனுப்பிவிட்டான். நாட்டாமை அதை பீரோவில் மறைத்துவிட்டார். கருப்பாயிக்கு அந்த நோட்டீஸ் விபரம் எப்படியோ தெரிந்துவிட்டது. நாட்டாமையை விசாரிக்க ஆரம்பித்துவிட்டது. தொல்லை தாங்காமல், நாட்டாமை ராஜேந்திரா பேங்கிற்குச் சென்று விசாரித்தபோது, "ஏலம் நாளைக்கு வச்சிருக்கோம் நாட்டாம" என்றார் பேங்கர். அவன் சொன்னதை நம்பாமல் தாலுகா ஆபீஸ் சென்ற நாட்டாமை அங்கிருந்த குமாஸ்தாவை விசாரித்தார். "ஆமா நாட்டாம, ஏலம் போடுற நகைக லிஸ்ட் வந்திருக்கு. தாசில்தார் இன்னும் கையெழுத்துப் போடல."

"நாளைக்கு ஏலம் வச்சிருக்கதா சொன்னானே ராஜேந்திரா பேங்கர்?"

"அவன் ஒரு சில்லறப் பய. நகைங்கள ஏலம் எடுக்குறதுக்கு ஆள்கள தயார் பண்ணியிருப்பான். நீங்க தாசில்தாரப் பார்த்துச் சொல்லுங்க. நகையத் திருப்பப் பணம் கொண்டு வந்திருக்கீங்களா?"

"இப்போ இல்லை. நாளைக்குப் பெரட்டிருவேன்."

"பரவாயில்ல. வாங்க தாசில்தார்கிட்டப் போவோம்" என்று குமாஸ்தா அழைத்துச் சென்றான்.

நாட்டாமை சொல்வதைக் கேட்ட தாசில்தார், குமாஸ்தா விடம், "சரிப்பா, ஆத்துல அழகர் எறங்குற செலவு இருக்கு. ஐநூறு ரூபாவ அந்த ராஜேந்திர பேங்கர்கிட்ட வாங்கு. நாட்டாம நகைக்கு வட்டியோடு பணத்த வாங்கிக்கிறச் சொல்லு, லிஸ்ட்ல யிருந்து நாட்டாம நகையை எடுத்துட்டு புது லிஸ்ட் தரச் சொல்லு. நாளைக்கு அவன் ஏற்பாடு செய்த மாதிரியே ஏலம் வச்சிக்கிரட்டும்."

"சார், ஏற்கனவே ஐநூறு ரூபா கொடுத்துட்டான்."

"எப்ப!?"

"உங்ககிட்ட தான். நாலு நாளைக்கு முன்னால."

"அப்படியா! பரவாயில்ல. அவன் கொடுத்தது ஆர்.டி.ஓ விசிட்ல செலவழிஞ்சு போச்சு. அழகர் கோயில் செலவுக்கு 500 வேணும்னு சொல்லு. நாளைக்கே புதுப்பட்டியலோட வரட்டும். பெர்மிசன் ஒடனே கொடுத்திடுவேன்."

இப்படித்தான் யானை வாயில் சிக்கிய கரும்பாக இருந்த கருப்பாயியின் சவுடி ஒரு வருடத்திற்கு முன்பு தப்பித்தது.

நாட்டாமை மெதுவாக பேச்சை ஆரம்பித்தார். "கருப்பாயி..." என்றார். கருப்பாயிக்குத் தெரியும், பேரைச் சொல்லிக் கூப்பிட்டாலே நாட்டாமை ஏதோ பெரிதாக அடிப் போடப் போகிறார் என்று. நாட்டாமையைப் பார்த்தாள்.

"சிப்பாயியும் காரிக் காளையும் நல்லாயிருக்கு."

"நீங்க பாத்தீங்களா? தீனி, நேரத்துக்கு வக்கிரானுங்களா?"

"ம்ம். பார்த்தேன். தீனி வக்கிறானுங்க."

நாட்டாமை துணிந்து பொய் சொன்னார், பின் விளைவுகள் தெரியாமல்.

வீடு திரும்பிய சிப்பாயி

சிப்பாயியையும் காரிக்காளையையும் காரியாபட்டி வரை கொண்டு வந்தான் கட்டாக்காளை. உருளக்கட்டையிடம் 400 ரூபாயை வாங்கிக் கொண்டான். "வா என் கூட, மாட்டைக் காண்பிக்கிறேன்" என்றான். அரைமணி நேர நடைபயணத்தில் ஒரு முள்ளுக்காட்டிற்கு கூட்டி வந்தான். முள்காட்டில் சிறு பள்ளம் போன்ற பகுதியில் சிப்பாயியும் காரிக்காளையும் படுத்துக்கிடந்தன. "அந்தாயிருக்கு பாரு, ஒம் மாடுக" என்றான்.

"சிப்பாயி, காரி எந்திரிங்கடா. அண்ணன் வந்திருக்கேன்" என்று கத்தினான் உருளக்கட்டை. மாடுகள் இரண்டும் தலையைத் தூக்கிப் பார்த்தன. சிரமப்பட்டு எழுந்து நின்றன. மாடுகளைக் கட்டியணைத்த உருளக்கட்டை, "என்னப்பா மாடுக கெறங்கிப் போயிருக்கு. தீவனம், தண்ணி எதுவும் காமிக் கலையா? அர உசிறாயிருக்கேப்பா?" என்றபடி கட்டாக் காளையைப் பார்த்தான்.

"ஏப்பா, நாங்க எங்க வகுத்துப் பாட்டுக்கே ஒண்ணுமில்லாம யிருக்கோம். இதுல தீவனத்துக்கு எங்க போறது?"

"நீ சரிப்பட்டு வரமாட்ட. என் ரூபாயக் குடு. நாட்டாம வரட்டும். அப்புறம்தான் மாடுகள அவுப்பேன்" என்றான் உருளக்கட்டை. கட்டாக்காளை, கண்மூடி கண் திறப்பதற்குள் முள் காட்டிற்குள் ஓட ஆரம்பித்தான். உருளக்கட்டை அவனை விரட்டினான். காட்டு சீவாத்தின் லாவகத்துடன் கட்டாக் காளை காட்டுக்குள் ஓடி மறைந்தான்.

மாடுகளிடம் திரும்ப வந்த உருளக்கட்டை அதன் கழுத்தைத் தடவி அழுதான்.

“ஏன்டா நாட்டாம வீட்ல ராஜா மாதிரியிருந்த நீங்க இப்படிக் கஞ்சி தண்ணியில்லாம தவதாயப்பட்டு கிடக்கீங்களேடா? வாங்கடா அப்புச்சிகிட்டப் போவோம். ஒங்க நெலயப் பாத்தா அப்பத்தா செத்தே போகும்டா. அப்புச்சி இந்த ஊர்க்காரன்கள ஒருத்தன் விடாம கருவறுத்துருவாருடா” என்று சொல்லிக் கண்ணீர் வடித்தான்.

மாடுகளைக் காரியாபட்டி நாடார் கடை வரை அழைத்து வந்து நாடாரிடம் பருத்திக்கொட்டை வாங்கி தண்ணீரில் ஊறவைத்து பக்கத்திலிருந்த கல் உரலில் ஆட்டினான். புண்ணாக்கைக் கலந்து மாடுகளுக்குக் கொடுத்தான். மாடுகள் முகர்ந்து பார்த்துவிட்டு தலையை உயர்த்தின. “டேய், கட்டியாக கொடுக்காத. மாடுக வகுறு செத்துப் போய் வந்திருக்கு. நல்லா மொடாத் தண்ணியா கரைச்சுக் கொடு” என்றார் நாடார். இரண்டு வாளித் தண்ணீரை ஊற்றினான். காளைகள் மெதுவாகக் குடிக்க ஆரம்பித்தன.

“நாடாரே! பணம் எங்கிட்ட இல்ல. அந்த நாதாரிப் பய சொளயா நானூறு ருவாய வாங்கிட்டு ஓடிப் போயிட்டான். அதனால இப்ப வாங்கின புண்ணாக்கு, பருத்தி விதைக்கு நானு நாட்டாமகிட்ட சொல்லி வாங்கித் தர்றேன்.”

“பரவாயில்லடா, இந்தச் சிட்டையக் கொண்டு போய் ஒங்க நாட்டாம கிட்ட குடு” என்று பென்சிலில் ஒரு தொகையைக் குறித்துக் கொடுத்தார்.

“ஒனக்குச் செலவுக்கு எதுவும் வேணுமா?”

“வேணாம் நாடாரே. ஊருக்குப் போனா என்ன நடக்கப் போகுதோ. மாடுக இருக்கிற நிலையப் பாத்தா ஊர் போய்ச் சேர்ற வரைக்கும் எனக்குக் கஞ்சி தண்ணி எறங்காது“ என்று சொல்லிவிட்டு மாடுகளை மெதுவாக நடத்திக்கொண்டு வந்தான்.

வடகாடுக்கு 3,4 மைல் முந்தியே மாடுகளைப் பார்த்தவர்கள்,

“ஏ உருளக்கட்ட! இதுகதான காணமப் போன மாடுக?” என்று விசாரித்தனர்.

"இல்லப்பு, இதுக வேற மாடுக."

"ஏம்ப்பா, எங்களுக்குத் தெரியாதா? வலத்துல போற சிப்பாயி எங்க வண்டிய ஒரு தடவ சகதியிலயிருந்து இழுத்து விட்டிருக்கு. நல்லாத் தெரியும்பா. சரி சரி, பாத்துக் கூட்டிப் போ. களவாணிப் பயக கைல மாட்டுன மாடுக உக்கிப் போயிடும். அதுவும் சிப்பாயி ரோசக்காரன்."

மாடுகளைப் பின்தொடர்ந்து வந்த கூட்டம் வடகாடுக்கு வந்தபோது தகவல் தெரிந்து நாட்டாமை வீட்டிற்குள்ளிருந்து வெளியே வந்தார். கருப்பாயியும், மற்ற பெண்களும் ஓடி வந்தனர்.

சிப்பாயைப் பார்த்தவுடன் கருப்பாயியும் மற்ற பெண்களும் சத்தம் போட்டு அழ ஆரம்பித்தனர்.

"ஏய்யா, இப்படி இளச்சுப் போயிட்ட. ஒரு வாரத்துக்குள்ள பாதி ஆளா கரைஞ்சுட்டேய்யா" என்று கருப்பாயி, சிப்பாயின் கழுத்தைக் கட்டிக்கொண்டு அழுதாள்.

எப்போதும் கட்டிப் போடும் புங்க மர நிழலை நோக்கி மாடுகள் நடந்தன. மாட்டைக் கட்டிப் போட்டவுடன் ஆளாளுக்குக் கடலைச் செடி, புல், அகத்திக்கீரை என எடுத்து வந்து நீட்டினர். மாடுகள் பெயருக்கு வாங்கி மெதுவாக மென்றன.

கருப்பாயிக்கு நாட்டாமைமீது கோபமாக வந்தது. சவுடிகள் இல்லாத மூளிக் காதுகளைத் தடவிக் கொண்டாள். மாடுகளைப் பட்டினி போட்டவன்களுக்கு கேட்ட ரூவாயைக் கொடுத்துவிட்டார். அதுவும் மாடுங்களைப் பார்த்தேன், நல்லாயிருக்குன்னு சொன்னார். பணத்தை எடுத்துக்கொண்டு போகாமல், உருளக்கட்டையிடம் கொடுத்துவிட்டு வீட்டில் படுத்துக்கொண்டார்.

கருப்பாயிக்குக் வேகாளம் கிளம்பிவிட்டது. இதுவரை நாட்டாமையிடம் நேரில் நின்று பேசாதவள், நாட்டாமை நிற்கும் இடத்திற்கு வந்தாள். அவருடன் இருந்தவர்கள் சற்றுத் தள்ளி நின்றனர்.

“சிப்பாயியும் காரிக்காளையும் நல்லாயிருக்குதுக. தீவனம், தண்ணி காமிக்கிறாங்கன்னு சொன்னீங்க. தீவனத்த வாயில வாங்க மாட்டீங்குதுக. இடுப்பு எலும்புக துருத்திக்கிட்டு இருக்கு. நீங்க அவனுங்ககிட்ட ஏமாந்ததுமில்லாம என்னையுமில்ல ஏமாத்தி யிருக்கீங்க?”

நாட்டாமைக்கு மிகவும் அவமானமாக இருந்தது. திருமண மாகி இந்த ஐம்பது ஆண்டுகளில் ஒருமுறை கூட கருப்பாயி இப்படிப் பேசியதில்லை. நாட்டாமை அங்கிருந்து நகர்ந்தார்.

நான்கைந்து சிறுவர்கள் ஓடி வந்தனர். “அப்புச்சி, சிப்பாயி வாயில நுரத் தள்ளுது.”

நாட்டாமையும் மற்றவர்களும் புங்க மரத்தடிக்கு ஓடி வந்தனர்.

சிப்பாயி கால்களைப் பரப்பிக் கொண்டு படுத்திருந்தது. வாயில் நுரை தள்ளியது. கூட்டத்திலிருந்த ஒருவர் மாட்டின் கயிற்றை அவிழ்த்துவிட்டார். ஒருவர் மூக்கணாங்கயிற்றை அறுத்து எறிந்தார். தகவல் தெரிந்து ஓடி வந்த மருத்துவச்சி, “சிப்பாய தூக்கி நிக்க வையுங்க” என்றாள். நான்கு ஐந்து பேர் சேர்ந்து தூக்கியும் சிப்பாயியை நிற்க வைக்க முடியவில்லை. சுற்றி நின்றவர்கள் கண்ணீர் விட்டனர்.

“சிப்பாயி நிக்கலைன்னா சிரமம், நல்லதில்லை” என்றாள் மருத்துவச்சி.

நள்ளிரவு வரை யாரும் சாப்பிடப் போகவில்லை. மாடுகளைச் சுற்றி உட்கார்ந்திருந்தனர். மாடுகளைத் தடவிக் கொடுத்தவர்கள் கையைக் கொசுக்கள் கடித்தன. தன்னைக் கடிக்கும் கொசுக்களை விரட்டக் கூட சக்தியற்று சிப்பாயி வாலைத் தூக்க முடியாமல் திணறியது.

“ஒரு வாரத்துக்கு முன்னாடி இந்த நேரத்துல தான் சிப்பாயிய களவாணிப் பயலுக புடிச்சிக்கிட்டுப் போனானுங்க” என்றான் உருளக்கட்டை.

சிப்பாயியை மீண்டும் தூக்கி நிறுத்த முயன்றனர். சிப்பாயி ஒத்துழைக்கவில்லை. காரிக்காளை நான்கு கால்களையும்

பரப்பிக்கொண்டு 'அம்மா' என்று கத்தியது. காளை மாடு 'அம்மா' என்று கத்துவது அபசகுணம் என்று ஊர்க் காரர்களுக்குத் தெரியும்.

அடுத்த கால் நாழி நேரத்துக்குள் சிப்பாயி வெறித்த பார்வையுடன் புங்க மரத்தடியில் மூச்சை நிறுத்திக் கொண்டது. ஊர் ஜனங்கள் தலையிலடித்துக் கொண்டு அழுதனர்.

அதே நேரத்தில், கல்குளத்தில், சாராய வேட்டைக்கு வந்த மதுவிலக்கு போலீசார் நடத்திய துப்பாக்கிச் சூட்டில் முனியம்மாள் என்ற ஒரு அப்பாவிப் பெண்ணும், கோட்டை என்பவரும் பலியாயினர்.

பட்டுக்கட்டி
(1950-களின் கதை)

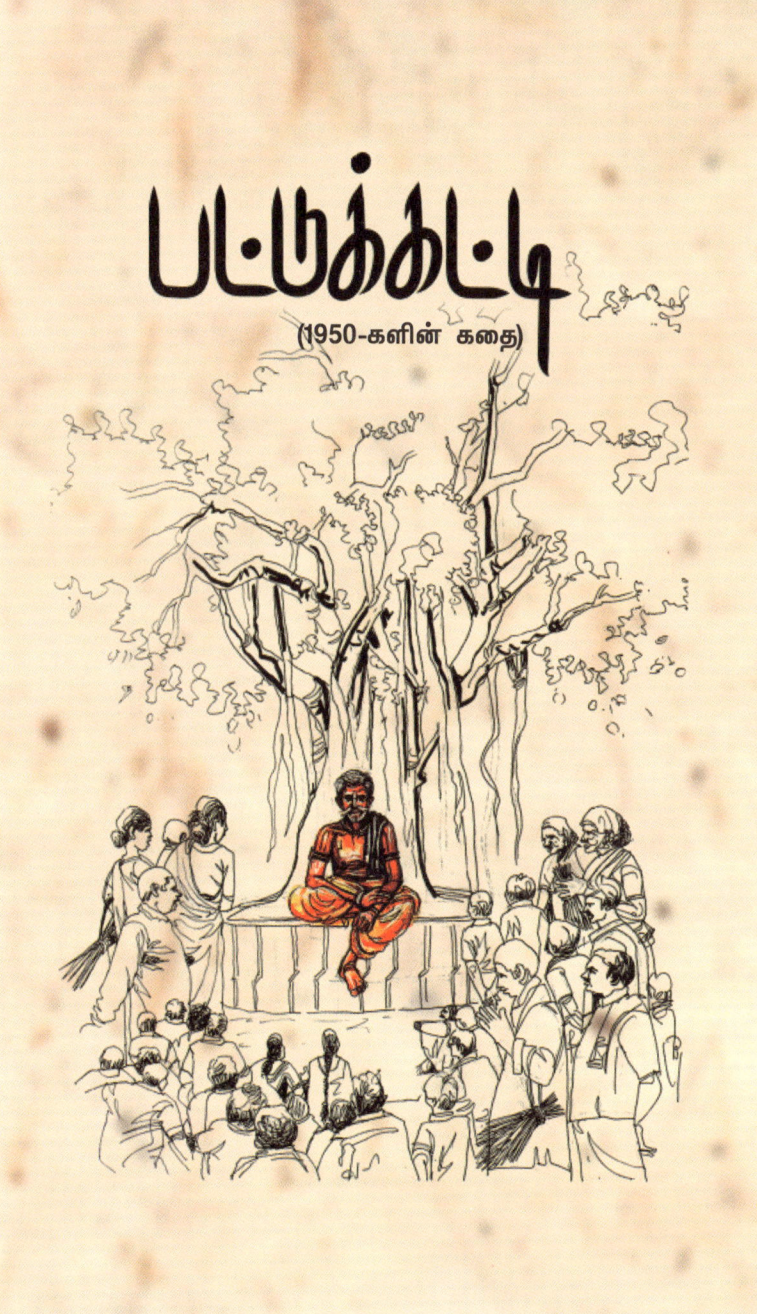

1

ரஷ்யாக்காரன் அனுப்பிய ராக்கெட் சந்திரனில் பத்திரமாக இறங்கிவிட்டது என்ற பரபரப்பு செய்தி பஞ்சாயத்து ஆபிசில் இருந்த ரேடியோ மூலம் நேற்று மாலை ஊருக்குள் பரவியது.

சித்திரை மாதம் முதல் நாள். பரந்து விரிந்த ஆலமரத்திற்கு அடியில் ஊர் கூடியிருக்கிறது. காலை ஆறு மணிக்கு ஊரைக் கடந்து போகும் மதுரை செங்கோட்டை பேசஞ்சர் ரயிலின் சத்தம் தூரத்தில் கேட்டது. "கோழி கூவி ரெண்டு நாழிகையாச்சு. ட்ரெயின் லேட்டாப் போகுதாடா" என்றார் கஸ்பா நாயக்கர். யாரும் பதில் பேசவில்லை.

கஸ்பா தன்னைச் சுற்றி நிற்பவர்களைப் பார்த்தார். கூட்டத்தின் விளிம்புகளில் நின்றிருந்த சிலரின் வாயில் வேப்பங்குச்சிகள், கருவேலங்குச்சிகள் இருந்தன. ஆலமரத்தைச் சுற்றி நூறு பேர் உட்காருமளவு உள்ள இடத்தைப் பெருக்குமாரை வைத்துக் கூட்டி, சாணித் தெளித்துத் தயார் செய்த மடையன் லொடை, அவன் அண்ணன் மகன் பாண்டியிடம் மெதுவான குரலில் பேசினான்.

"டேய் பாண்டி! இன்னைக்கு ஏதோ முத்தையா சாமி புண்ணியத்தில் கூட்டம் நடக்க கொஞ்சம் தாமசமாயிருச்சு. எப்பவும் நடக்குறமாரி சூரியன் வர்ற நேரம் ஆரம்பிச்சுச்சுன்னு வையி, என்னடா ஆயிருக்கும்? மைனர் மாரி நிதானமா எந்திரிச்சு வர்ற, உங்க அப்பன் இருந்தா இப்படித் தாமசமா வருவாரா? பார்த்துக்கப்பா, சொல்லிட்டேன். என்ன நல்லப்பன் இப்படி வெரசுரானேன்னு நெனச்சுக்காத. ஒன் நல்லதுக்குத் தான் சொல்லுறேன். ஊர்க் குடியானவங்க நம்ம எப்படி நடக்குறோம்னு அப்பப்ப பாத்துக்கிட்டே யிருப்பாங்க. அறுவட அன்னிக்குப் பொட்டியில நெல்ல அள்ளி வச்சிருப்பேல்ல, அப்ப பாரு. ஓம் மேலே நல்ல அபிப்பிராயம் இருந்துச்சுன்னா,

டேய் பாண்டி உனக்கு இன்னும் தரணும்டா. இந்த வருசம் மகசூல் சரியில்ல. இல்லைன்னா இதவிட அதிகமா அள்ளி வைடான்னு சொல்லியிருப்பேன். இந்த வருசம் நா ஒனக்கு ஒன்னும் கொறைக்கல. நீ அள்ளி வச்சிருக்கிற நெல்ல அப்படியே வச்சுக்கன்னு ஓங்கையிலே பொட்டியக் கொடுத்துருவாங்க. ஓம்மேல சடவுன்னு வச்சுக்க, வந்துட்டான்பா பாண்டி போட்டவன். இவன் பாத்த மடத்தனத்துக்கு* இந்த நெல்லு ஒன்னுதான் பாக்கின்னு பொட்டியில நீ எடுத்து வச்ச நெல்ல பாதிய, முக்காவாசிய அவங்க நெல்லு அம்பாரத்தில் கொட்டிருவாங்க. உனக்கு அடுத்து நிக்கிற அம்பட்டையன், வண்ணான், ஆசாரி, காவக்காரங்கன்னு அத்தன தொழிலாளிக்கும் உனக்கு மாதிரியே ஆகிப்போயிரும். ஓம் பொழப்பும் கெட்டு நம்மப் போல அண்டிப் பொழக்கிற எல்லாரும் கஷ்டப்பட்டுப் போவாங்க."

கஸ்பா நாயக்கர் கூட்டம் நடக்குமிடத்தைச் சுற்றி நடந்தார். "ஏன்டா லொட, சாணிப்பால செலும்பா அடிக்க மாட்டியா? அங்கங்க திட்டுத் திட்டாத் தெரியுது. உன் வேலயா? ஒன் அண்ணன் மவன் வேலையா?"

"நாங்க ரெண்டு பேரும்தான் செஞ்சோம், நாயக்கரே!"

"சரி சரி" என்ற கஸ்பா, வாயில் வேப்பங்குச்சி வைத்திருந்த வர்களைப் பார்த்து சைகை காண்பித்தார். குச்சியைத் தூர எறிந்துவிட்டு வாய்கொப்பளிக்க ஓடினார்.

லொடை, முறைத்தான்.

"சரி, சித்தப்பு விடு. மொறைக்காத. வந்ததுல இருந்து நாலு தடவ சொன்னதையே சொல்லிட்ட."

"எத்தனை தடவ சொன்னாலும் ஓம் மண்டையில எங்கடா ஏறுது அண்ண மவனே?"

பாண்டி ஏதோ முனங்கினான்.

"என்னடா சொல்லுற? சத்தமாப் பேசுடா."

"சித்தப்பு. பேச்சைக் கொற. பெரிசு வர்ற மாதிரி தெரியுது."

---

* கண்மாயில் மடை திறக்கும் வேலை

லொடை, அண்ணன் மகன் பாண்டி பார்க்கும் திசையில் பார்த்தார்.

“கவட்டக் காலு, நாலுகால் பாய்ச்சல்ல வர்றாரு பாரு.”

“டேய், உனக்கு வாய் ஜாஸ்தியாயிருச்சு. வாய மூடுடா” என்றார் லொடை. வளைந்த கால்களை உடைய தலையாரி முன்னால் வர, பட்டுக்கட்டி கந்தசாமி மூப்பனார் வந்து கொண்டிருந்தார். அவர் இடுப்பில் வேட்டி கட்டப் பழகிய நாளிலிருந்து பட்டுவேட்டி மட்டுமே கட்டுவார் என்பதால் அந்தப் பெயர் அவரோடு ஒட்டிக்கொண்டது. பட்டுக்கட்டியிடம் இருந்த மூன்று பட்டு வேட்டிகளில் அருதப் பழசான ஒன்றை இப்போது கட்டியிருக்கிறார். பட்டுக்கட்டி தனது அறுபது வயதுகளில் இருந்தார். சிவந்த நிறமும், சராசரிக்கும் கூடுதலான உயரமும் அவருக்குக் கம்பீரத்தைக் கொடுத்திருந்தது.

லொடை, தரையிலிருந்த மரப்பலகையை எடுத்து அண்ணன் மகன் பாண்டியிடம் நீட்டி கண் ஜாடை காண்பித்தார். பாண்டி மரப்பலகையை வாங்கிக் கையால் சுத்தப்படுத்தினான். அவன் பார்வை பட்டுக்கட்டியின் மீதிருந்தது. பட்டுக்கட்டி, வாளியில் தண்ணீர் வைத்திருக்கும் இடத்திற்கு வந்தார். பட்டுவேட்டியைத் தூக்கிப் பிடித்தார். தலையாரி கைகளால் தண்ணீர் மோண்டு அவர் கால்களில் ஊற்றினான். கால்களை மாற்றி மாற்றிக் காண்பித்த பட்டிக்கட்டி, “டேய் கிறுக்கா, குதிங்கால்ல தண்ணீ ஊத்துடா” என்றார். தலையாரி சிரித்துக் கொண்டே குதிங்காலில் தண்ணீர் ஊற்றினான். தோளிலிருந்த துண்டை எடுத்து கால்களில் இருந்த நீர்த்திவலைகளைத் துடைக்க பட்டுக்கட்டி முற்பட்டார்.

“குடுங்க அப்புச்சி” என்று துண்டை வாங்கிய தலையாரி, அதைக் கக்கத்தில் இடுக்கிக்கொண்டு தன் தலையிலிருந்த உருமாவைக் கழட்டி பட்டுக்கட்டியின் கால்களிலிருந்த ஈரம் போக துடைத்தான்.

“இவன் ஒரு கிறுக்கன். யாரு துண்டு வச்சு தொடச்சா என்னடா” என்றார் பட்டுக்கட்டி.

“சரி விடுங்க மூப்பனாரே, தலையாரி விசயம் தெரிஞ்சவன். மரியாதைக்காரன்” என்றார் கஸ்பா நாயக்கர்.

"ஏய்யா கஸ்பா! எல்லாரும் வந்தாச்சா?"

"எல்லாரும் வந்தாச்சு மூப்பனாரே! முக்கியமான ஆளு மட்டும் இன்னும் வரல."

"வள்ளுவன்தானே! வந்துருவான், வந்துருவான். பக்கத்து ஊரில் இருந்து கிளம்பிட்டான்னு தாக்கல் வந்துதான் பட்டுவேட்டியை எடுத்துக் கட்டினேன்."

லொடை, கண் ஜாடை காட்ட சாணி தெளித்துக் காய்ந்திருந்த தரைமீது மரப்பலகையைப் பாண்டி வைத்தான். கைகளால் மறுபடியும் மரப்பலகையைத் துடைத்தான்.

"விடுடா விடுடா. பலகையில் இருக்க ஈக்கி குத்திரப் போவுது" என்ற பட்டுக்கட்டி, "டேய் லொட, ஒன் அண்ணன் மகன் தேறிட்டான்டா. அவன் அப்பன் செத்த அன்னைக்குப் பம்பத்தலையுமா அதுவுமா ஏதோ கிப்பின்னு சொல்லுவானுங்களே டவுனுக்காரனுங்க, அதுமாதிரி தலையச் சிலுப்பிக்கிட்டு திரிஞ்சான். பரவாயில்லை. இப்ப தலையச் சுத்தி வண்டுகட்டி கொண்ட போட்டு அம்சமாயிருக்கான். வெரசா இவனுக்கு ஒரு பொட்டச்சியப் பாருடா. ஜாம் ஜாம்னு கல்யாணம் நடத்திப்புடுவோம்."

"அப்புச்சி, ஆசில்வாதம்" என்ற லொடை, "டேய் பைத்தியக் காரா, அப்புச்சி எப்படிப்பட்ட வார்த்த உன்னியப் பத்திச் சொல்லுறாரு, மரியாத தெரியாத பயலே" என்று சொல்லி அண்ணன் மகனின் தலையைப் பிடித்துக் குனிய வைத்தான். பாண்டி, பட்டுக்கட்டியின் காலில் விழுந்தான்.

"டேய் லொட, சின்னப் பயல ஏன்டா ரோதனை பண்ணுற? இப்பத்தான் மடத்தனத்துக்கு வந்திருக்கான். நல்ல பழக்கங்கள வெரசா பழகிக்கிடுவான்."

"யாராவது சொன்னாத்தான் அப்புச்சி தெரிஞ்சிக்கிடுவான். விளையாட்டுக்காரப் பிள்ளையா இருக்கான்."

கஸ்பா நாயக்கர் செருமிக் கொண்டார்.

"நீ இவன் வயசுல எப்படிடாயிருந்த லொட? திருமங்கலம் சால்னா கடையில மாவாட்டிட்டு, மைனர் சோக்குல திரிஞ்ச பய தானே நீ?"

பட்டுக்கட்டி, பலகையில் உட்கார்ந்தார். தலையாரி விசிறியை எடுத்தார்.

அதைத் தன் கையில் வாங்கிய பட்டுக்கட்டி தன்னோடு சேர்த்து மற்றவர்களுக்கும் காற்று வருமாறு கைகளை அகலப் படுத்தி வீசினார்.

"காலையிலேயே வேகுதுடா."

"என்ன செய்யுறது அப்புச்சி. வருசப் பொறப்பு சித்திரை யிலதான வருது. இந்த வள்ளுவன் நேரத்தோட வரணும்."

"டேய்! வள்ளுவன் நம்ம ஊர்லயா இருக்கான்? வெளியூர்க் காரன் அவன், இன்னிக்கு நாலு இடத்துக்குப் போக வேண்டிய வன்."

ஊர்க் காவல்காரன் வேகமாக நடந்து வந்தான். அவன் கைகளில் வேரோடு பறித்த மஞ்சக்கிழங்கு செடி, தர்ப்பைப் புல், பஞ்சாங்கம் உள்ளிட்டவை இருந்தன.

"வள்ளுவன் வர்றாரு கஸ்பா நாயக்கரே. ஆத்துல ஒரு முக்குப் போட்டுட்டு வர்றேன்னு சொல்லி யனுப்பிச்சாரு."

"சரி சரி, எல்லாம் ஒக்காருங்கப்பா. வள்ளுவன் வந்துட் டாராம். ஆத்துல குளிக்கிறாராம்" என்றார் கஸ்பா நாயக்கர் சத்தமாக.

"ஏன் கஸ்பா! இந்த லொடப் பய இளந்தாரியா இருந்தப்ப மைனரா திரிஞ்சதப் பத்திச் சொன்னீங்களே! சால்னா கடையில வேல பாத்தபோதுதானே?" என்றான் ஊர் வம்பு பேசித் திரியும் ஒருவன்.

கஸ்பா லொடையைப் பார்த்தார்.

"என்னடா லொட, முழுசா ஒடச்சுச் சொல்லிறவா?"

"சொல்ல என்னாயிருக்கு நாயக்கரே!"

கூட்டம் கதை கேட்கத் தயாரானது.

"நீங்க என் சால்னாக் கட கதையைச் சொல்லுங்க. நீங்க திருமங்கலம் கச்சேரியில பண்ணுன அழிம்புகள நான் சொல்லு றேன். சால்னாக் கடைக்கு எதுக்கதான திருமங்கலம் கச்சேரி."

வருடத்தின் முதல் நாள் தேவையற்ற பேச்சு வேண்டியதில்லை எனப் பட்டுக்கட்டி நினைத்தார்.

"யோவ் கஸ்பா! ஒனக்கு வயசாச்சே ஒழிய இன்னும் பக்குவம் வரல. எதுக்கு நம்ம கூடியிருக்கோம்? நீயும் இந்தக் கூறு கெட்ட லொடப் பயலும் என்ன பேச்சப் பேசிக்கிட்டி ருக்கீங்க? அவரு மைனராம். இவரு அழிம்பு பண்ணுனாராம். நீங்க பேசுற சவுடால் உங்க வீட்டுக்குத் தெரியும்ல? இரண்டு பேருக்கும் சோறு கெடையாது இன்னிக்கு. டேய் இளந்தாரிகளா! கேட்டுக்கங்க! நாயக்கனுக்கும், இந்த லொடப் பயலுக்கும் ராத்திரி படுக்கை சாவடிதான்டா. இவனுங்க வந்தா படுக்க இடம் கொடுங்கடா" என்றார்.

இளந்தாரிகள் சத்தம் போட்டுச் சிரித்தனர்.

"இடம் இருக்கு அப்புச்சி. இரண்டு பேருக்கும் இடம் கொடுத்திர்றோம்."

பட்டுக்கட்டிக்கு எதிரில் துணி விரிக்கப்பட்டது. அதன் மேல் வேரோடு பிடுங்கிய மஞ்சள் கிழங்கு செடி, தர்பைப் புல் பரப்பி அதன்மீது பஞ்சாங்கத்தை வைத்த காவல்காரன், வள்ளுவன் வருகிறாரா என்று பார்த்தான்.

"ஏன்டா காவலு! வள்ளுவன் பேண்டு, மோண்டு வருவானா! வெறும் குளியல் மட்டுந்தானா?"

கஸ்பாவுக்கு கூட்டத்தில் ஏதாவது பேச வேண்டும்.

"ஒரு முக்குப் போட்டுட்டு வர்றேன்னு சொன்னாரு கஸ்பா."

"ஆளு வந்துருச்சு, வந்துருச்சு" என்ற சத்தம் கூட்டத்தில் கேட்டது. வள்ளுவன் தரைபார்த்து நடந்து வந்தார். கூட்டத்திற்கு அருகில் வந்ததும், தலைநிமிர்ந்து தோளில் இருந்த துண்டை எடுத்து இடுப்பில் கட்டினார். வடக்குத் திசையைப் பார்த்தார். முத்தையா கோயில் இருக்கும் இடத்தைப் பார்த்து இரண்டு கைகளையும் சேர்த்துத் தலைக்குமேல் தூக்கினார். அனைவரும் எழுந்து நின்றனர். இலுப்பைக் காட்டிற்குள் இருந்த முத்தையாசாமி கோயிலை நோக்கி வணங்கினர். முதல் ஆளாக பட்டுவேட்டியை லேசாகத் தூக்கிக்கொண்டு மரப்பலகையில் பட்டுக்கட்டி உட்கார்ந்தார்.

“வாப்பா, வள்ளுவா” என்றார் பட்டுக்கட்டி.

“வர்றேன் அப்புச்சி. கொஞ்சம் மன்னிக்கனும். தாய்க் கிராமத்துல வேல முடிய நேரமாயிருச்சு.”

“சரிப்பா. அதெல்லாம் தெரிஞ்சதுதானே, நீ அந்த ஊர்ல குடியிருக்கிறவன். தாய்க்கிராம வேலய முடிச்சுட்டுத்தான எங்க ஊருக்கு வர முடியும்.”

கஸ்பா நாயக்கர் செருமிக்கொண்டார்.

“ஆனா வள்ளுவனுக்கு நம்ம ஊர்ல இருந்துதான இரண்டு மாட்டு வண்டி நெல் வசூலாவுது. தாய்க்கிராமத்துல நம்ம அளவுக்கா வசூலாவுது?”

“நம்ம ஊர்ல நிலம் நீச்சு ஜாஸ்தி. அவங்க ஊர்ல கம்மி தானப்பா. அதுவும் ஊர்ல பாதிக்குமேல எஜமான் பாய்க்குச் சொந்தம். அவரு எங்க விவசாயம் பாக்குறாரு? குத்தகைக்கு உழுகுற பயலுக பாய்க்கே ஒன்னும் தரமாட்டானுங்க. ஊர்த் தொழிலாளிகளுக்கு என்னத்த கொடுப்பானுங்க?”

வள்ளுவனுக்குத் தர்மசங்கடமாகிவிட்டது.

எஜமான் பாயைப் பற்றி இந்த ஊர்க்காரர்களுக்கு அவ்வள வாகத் தெரியாது. அவரை அண்டினால் வாழ்வு. அவர் கோபப்பட்டால் ஊருக்குள் வாழ முடியாது என்பதைத் தெரிந்த வள்ளுவன் பேச்சை மாற்ற நினைத்தார். “இன்னும் ரெண்டு வாரத்துல அழகர் ஆத்துல இறங்குறார். என்ன நெறப் பட்டுல வரப்போறாறோ! ஈஸ்வரா” என்றார்.

“யோவ் வள்ளுவா! கூறுகெட்ட ஆளாயிருக்கிறயே? அழகர் நாமக்காரரு. நீ திருநீரு பூசுன ஈசுவரன்கிட்ட அழகர் பத்தி பிராது பண்ணுற?”

“எல்லாம் ஒன்னுதான், நாயக்கரே. அழகர் போன ரெண்டு வருசமா வெள்ளைப்பட்டுதான் கட்டினாரு. வெளச்சல் சரியில்ல. இந்த வருசமாவது பச்சப்பட்டு கட்டி ஆத்துல இறங்கணும். ஊர்ல மழை தண்ணீ பெய்யணும்! இப்பக் கூட பாருங்க, உங்க ஊர் ஆத்துல கெட தண்ணிலதான் குளிச்சிட்டு வர்றேன். தண்ணி பாசி படிஞ்சு கெடந்தது. குளிச்சதுல அரிப்பு கிளம்பிருச்சு.” வள்ளுவன் கைகளை மாறி மாறிச் சொரிந்தார்.

"குளிக்கிறதுக்கு முந்தி எங்ககிட்ட ஒரு வார்த்த கேக்க வேணாமா? நீ பாட்டுக்கு ஆடு மாடு இறங்குற பள்ளத்துல முக்குப் போட்டேன்னா? முதல்ல நீ எந்திரி. சொன்னாக் கேளு, எந்திரி! டேய்! எளந்தாரிகளா! வள்ளுவன்மேல நாலு வாளி கிணத்துத் தண்ணீய ஊத்துங்கடா" என்றார் பட்டுக்கட்டி.

வள்ளுவன் கையிலிருந்த பஞ்சாங்கத்தைக் கஸ்பா நாயக்கர் பறித்தார். இரண்டு இளந்தாரிகள் அவரைக் கம்புக்கூட்டில் கைவிட்டுத் தூக்கினர். கிணற்றடிக்குப் பத்துப் பதினைந்து எட்டுப் போட்டு வந்தனர். தண்ணி எடுக்க வந்திருந்த பெண்ணிடமிருந்து வாளியைக் கைப்பற்றினர். மூன்று நான்கு வாளித் தண்ணீர் அவர் தலையில் ஊற்றினர். அழுத்தித் தேய்த்தார். லொடை அவர் முதுகில் தேய்த்துவிட்டார்.

கிணற்றில் தண்ணீர் எடுக்க வந்த பெண், வள்ளுவன் குளிப்பதைப் பார்த்துவிட்டு, "வாளிய இங்கேயே வச்சுருப்பா. நா அப்புறம் எடுத்துக்கிறேன்" என்று பொதுவாகச் சொல்லி விட்டு வேகமாக நகர்ந்தாள்.

"விடு லொடா. கூச்சமாயிருக்கு."

"என்ன வள்ளுவரே! ஒன்னுக்கு மூனு கல்யாணம் பண்ணுன ஆளுதான நீ? ஒரு பொம்பள கூட குளிக்கயில ஒனக்கு மேலு காலு தேய்ச்சுவிடாது?"

இளந்தாரிகள் சத்தம் போட்டுச் சிரித்தனர்.

"ஏய் லொடா, சின்னப்பயலுக யிருக்கையில என்ன பேச்சுப் பேசுற?"

"யாரு! இதுகளா சின்னப்பிள்ளைக?"

"ஒரு நா ராத்திரி சாவடியில வந்து படுத்துப்பாரு. இதுக பண்ணுற லூட்டிய! பட்டுக்கட்டி மூப்பனாருக்கும், கஸ்பா நாயக்கருக்கும் தெரியாது இதுக ஷோக்கு."

வள்ளுவன் கையில் யாரோ துண்டை தந்தார்கள். தலை, கழுத்து, உடம்பு என்று ஒற்றி எடுத்த வள்ளுவன், "பட்டுக்கட்டிக்கும், கஸ்பா நாயக்கருக்கும் தெரியாத விசயம் என்ன இருக்கு! நீங்க நினைச்சுக்கிட்டீங்க அவங்களுக்கு ஒண்ணும் தெரியாதுன்னு. இப்பக்கூட எவ்வளவு தூரம் தள்ளி

உட்கார்ந்திருக்காங்க பாருங்க. ஆனா நம்ம பேசுனது எல்லாம் அவங்களுக்குத் தெரிஞ்சிரும்."

"எப்படி?"

"இன்னிக்கு நம்ம பக்கத்துல இருக்க யாரோ ஒரு ஆளு கஸ்பாகிட்ட போயிருவாரு. கஸ்பா தகவல் தெரிஞ்சிக்கிரு வாரு. அடுத்த நிமிசம் பட்டுக்கட்டி வீட்டுக்குக் கஸ்பா போய் ஒப்பிச்சிருவார்."

"என்னப்பா வள்ளுவா! நீ வந்ததும் தாமசம். இப்ப குளிக்கிற இடத்துல என்ன பேச்சு சளசளன்னு?"

ஆண்கள் மட்டுமே கூடியிருந்த அந்தக் கூட்டத்தில் எதற்கெடுத்தாலும் சிரிப்பதற்கென்று ஒரு கூட்டம் இருந்தது.

கண்களை மூடி கூட்டத்தின் நடுவில் உட்கார்ந்த வள்ளுவன், வாய்க்குள் ஏதோதோ முணங்கிக்கொண்டார்.

"வள்ளுவா! வாயத் தொறந்து மந்திரத்தச் சொல்லு. எங்க ஊர் சொறி அய்யர் மாதிரி வாய்க்குள்ளேயே பேசிக்கிறாதே."

"அதெல்லாம் சாமி விசயம். எல்லாரும் கேக்கிற மாதிரி சொல்லக் கூடாது" என்றார் வள்ளுவன். வள்ளுவனுக்கு மீண்டும் உடம்பு அரிப்பதுபோல இருந்தது. சொறிந்து கொண்டே அருள் வந்தவர்போல பஞ்சாங்கத்தைப் பிரித்துப் படிக்க ஆரம்பித்தார். மனதில் பதியாத ஏதோ ஒரு பெயரைச் சொல்லி, "இந்த வருசம் காடு தண்ணீ கொள்ளாம மழை பெய்யும். ஊருக்கு வடக்கேயிருக்க கம்மாயில இருந்து மறுகால் போகும். ஆடு மாடுங்களுக்குத் தீவனப் பஞ்சம் இருக்காது. வீடுகள்ள கூலம் அம்பாரியா படப்பு இருக்கும். காத்திக மாச அடப்புக்கு வாய்ப்பிருக்கு. மொத்தத்துல சுபிச்சம். இதெல்லாம் பாக்கையில இந்த வருசம் அழகர் பச்சப்பட்டு கட்டித்தான் ஆத்துல எறங்குவார்" என்றார்.

வள்ளுவனுக்குப் பழம்பாக்கு வெத்திலையோடு இரண்டு அரையணா காசுகளைப் பட்டுக்கட்டி தந்தார்.

"இரண்டு வருசமும் இதே மாதிரிதான் வள்ளுவன் சொன் னாரு. ஒன்னும் பெரிசா மழ பெய்யலை" என்றான் லொடை.

"சித்தப்பு நீ வாய அடக்கப் பாரு" என்றான் பாண்டி. "மெதுவாத்தான்டா சொன்னேன்" என்றார் லொடை.

கஸ்பா தன் பங்கிற்குப் பேச வேண்டும், அதே சமயம் ஊருக்குத் தெரியாத விசயத்தையும் மிக விரிவாகப் பேச வேண்டும் என்ற உந்துதலில் இருந்தார்.

"என்ன வள்ளுவரே! ரஷ்யாக்காரன் அனுப்புன ராக்கெட், சந்திரனுக்குப் போயிடுச்சே? ஜாதகப் பலன்கள் எதுவும் மாறுமா?"

"ராக்கெட் மெஷினைத்தான அனுப்பியிருக்கான். மனுசனா போயிருக்கான்? மனுசன் போனாத்தான் தெரியும். அது நடக்கப் போறதில்லை. அதனால ஜாதகப் பலனும் மாறப் போவதில்லை" என்றார் வள்ளுவன்.

"சரிப்பா, பெரிய பேச்செல்லாம் நமக்கு எதுக்கு? பேச்ச விடுங்க. வள்ளுவன் கால்ல சுடுதண்ணியக் கொட்டின மாதிரி பரபரன்னு இருக்காரு. அடுத்த ஊருக்குப் போக வேண்டிய ஆளு" என்றார் பட்டுக்கட்டி.

வளையல் சத்தம் கேட்டது. சொல்லி வைத்ததுபோல கூட்டத்திலிருந்தவர்கள் அனைவரும் திரும்பிப் பார்த்தனர். தலையில் இரண்டு தண்ணீர் குடத்தை ஒன்றிற்கு மேல் ஒன்றாக வைத்துக்கொண்டு, இடுப்பில் ஒரு குடத்தையும் தாங்கியபடி சென்ற இளம்பெண் கூட்டத்தைச் சுத்தமாக மதிக்காமல் சென்றாள். ரவிக்கை போடாத அவளது மதர்த்த உடம்பைப் பார்த்து பட்டுக்கட்டி பெருமூச்சுவிட்டார். விடைபெறும் விதமாக வள்ளுவன் அவரை வணங்கியதை அவர் கவனிக்கவில்லை. பட்டுவேட்டியை அவிழ்த்துக் கட்டினார். யாரிடமும் சொல்லிக் கொள்ளவில்லை. பனந்தோப்பை நோக்கி விடுவிடு என நடந்தார்.

2

தலையில் ஒன்றுக்கு மேல் ஒன்று, இடுப்பில் ஒன்று என மூன்று குடம் நிறைய தண்ணீர் சுமந்தாலும், அது அவளுக்கு ஒரு சுமையாகவே தெரியவில்லை. தன்னை நோக்கிய தீவிரப் பார்வைகளையும் உஷ்ண மூச்சுகளையும் அறிந்தும் அறியாதவள்போல நடந்த தெய்வானை, ஓரக்கண்ணால் தன்னைப் பின்தொடர்பவரைப் பார்த்தாள். தெய்வானையின் தங்குமிடம் ஊரைத் தாண்டி ஐந்து நிமிட நடைதூரத்தில் உள்ளது. அது ஒரு பனங்காடு. வரிசையாக நடப்படாமல் விதைத்த இடத்தில் கூட்டம் கூட்டமாக வளர்ந்த பனைமரங்கள். சில மரங்கள் மிக நெருக்கமாகயிருக்கும். “மரங்களுக்கு ஊடே கைவீசி நடந்தா இரண்டு எட்டுப் போடுற அளவு இடவெளி இருக்கனும். அதுகூட தெரியாம நடக்க வழி இல்லாத அளவு நெருக்கி வெத போட்ட எழவெடுத்த பயபுள்ள எங்கையில கிடைச்சா சவட்டிப்புடுவேன்” என்பார் தெய்வானையின் அப்பா தாணுமாலயன்.

தகப்பனும் மகளும் இந்தப் பனங்காட்டைப் பார்த்துக் கொள்வதற்காகப் பட்டுக்கட்டியால் அமர்த்தப்பட்டிருக் கிறார்கள். தாணுமாலயன் பனைமரங்களில் கள் இறக்கி விற்றுக்கொள்ளலாம். சாயங்காலம் இறக்குகிற ஆண் மரத்துக் கள்ளைக் கலயத்தோடு தினமும் பட்டுக்கட்டிக்கு கொடுக்க வேண்டும். பனைவெல்லம் காய்ச்சும்போது அரைப்பங்கு பட்டுக்கட்டிக்குத் தர வேண்டும். நொங்கு வெட்டும்போது பட்டுக்கட்டி வீட்டிலிருந்து எவ்வளவு கேட்டாலும் கொடுத்து விட வேண்டும். மீதியை விற்றுக்கொள்ளலாம். இந்த நிபந்தனைகளில்தான் தாணுமாலயன் வந்து சேர்ந்தார். முதலில் தனியாளாகத்தான் வந்தார். வந்து ஒரு மாதம் வரை தாணுமாலயனை ஊர்க்காரர்கள் யாரும் பொருட்படுத்த

வில்லை. நான்கு நாட்களுக்குமுன் திடீரென தெய்வானை வந்தாள்.

அவளை ஊர்ப்பெண்களுக்கு ஏனோ பிடிக்கவில்லை. "இவ என்ன? சல்லீட்டுக் காள மாறி நடக்குறா? பொம்பளையா லட்சணமா தலைகுனிஞ்சு நடக்கத் தெரியாது போல?"

"அவ என்ன நம்ம ஊரா, பக்கத்தூர்க்காரியா, அடக்க ஒடுக்கமாயிருக்க? மலங்காட்டுச் சிறுக்கி. அவ கண்ணப் பாத்தா தெரியல? கோழிமுட்டக் கண்ண சொழட்டி சொழட்டி பாக்குறாளே?"

"பெரிய சாகசக்காரியாயிருப்பா! சூதானமாயிருக்கனும் நம்ம ஊரு ஆம்பளக. ஏதாவது பொம்பள சீக்கக் கீக்க இழுத்து விட்டுறப்போறா."

தெய்வானைக்கு ஊர்ப்பெண்கள் பேசுவது காதில் விழுந்தாலும், அதைப்பற்றி கவலைப்படவில்லை. தண்ணீர் எடுக்க பொதுக் கிணற்றிற்குப் போனபோது, வாளி வைத்திருந்த இரண்டு பெண்கள் தெய்வானை வந்திருப்பதை உதாசீனப்படுத்தினர். பட்டுக்கட்டியின் மனைவி வெள்ளை யம்மா அந்த நேரம் கிணற்றடிக்கு வந்தாள். இடுப்பில் காலிக் குடத்தையும் கையில் தாம்புக்கயிறு சுருட்டி வைத்த வாளியும் வைத்திருந்தாள்.

கிணற்று மேட்டில் ஊர்க்காரப் பெண்களோடு, தெய்வானை நிற்பதைப் பார்த்தாள். "என்னஙகடி? ஊருக்குப் புது ஆளு தண்ணீ புடிக்க வந்தா குடத்த நிரப்ப மாட்டீங்களா?"

"இல்ல அயித்த, வந்திருக்கவ யாருன்னு எங்களுக்கு எப்படித் தெரியும்?"

"என்ன தெரியனும்? பொம்பள தண்ணீ புடிக்க வந்துருக் கான்னு தெரியுதுல்ல? கையில கொடம் வச்சிருக்கது தெரியல?"

"தெரியுது அயித்த. ஊர்க்குப் புதுசா வந்தவகன்னு தெரியுது. என்ன சாதி சனமோ? பொசுக்குன்னு கிணத்து மேட்டுல ஏறி நிக்கலாமா? கீழ நின்னு குடத்த கிணத்து மேட்டுல்ல வச்சா தண்ணீ ஊத்திட்டுப் போறோம்."

"சரித்தான், விடுங்கடி. தண்ணி இறச்சு ஊத்துங்க."

“அயித்த, அவ்வளவு ராங்கா தண்ணீ புடிக்க வர்றவங்க உன்னிய மாதிரி கையில வாளி கொண்டு வரணும்ல?”

“ஏய் வாய மூடுடி. தண்ணீ ஊத்துறயா? இல்ல நான் இறச்சு ஊத்தவா?”

“அய்யோ! அயித்த! உன்னைய தண்ணீ இறைக்க விட்டு, அது எங்க பட்டுக்கட்டி அம்மானுக்குத் தெரிஞ்சுச்சுன்னா எங்குடுமிய அருத்துரும்! எம் பொஞ்சாதிய தண்ணீ இறைக்க விட்டீங்களாடீன்னு?”

“சரிடீ, பெரியய்ய இவ. அம்மானுக்குப் பயந்தவ! ஒரு தடவ கூட்டத்துல அவருகிட்ட, அம்மான் ஒம் பட்டு வேட்டியக் குடு, ஒரு நாளாவது கட்டிப் பாத்துர்றேன்னு கேட்டவள்ல நீ! சாகுறதுக்குள்ள ஒரு நா பட்டுக்கட்டிப் பாக்கணும்னு சொன்ன வெக்கங்கெட்டவள்ல நீ.”

அதுவரை பேசாமல், சிரித்தபடியிருந்த மற்றவள் பேசினாள்.

“சின்னத்தா! இவ லேசுப்பட்ட ஆளு இல்ல. அன்னிக்கி எங்க பட்டுக்கட்டி சித்தப்பனும் இவளுக்குச் சரியாப் பதில் சொல்லுச்சே!”

“என்ன சொன்னாரு ஒஞ்சித்தப்பன் அந்தப் பட்டுக்கட்டி?”

“போடி இவளே! நீ செம்மத்துக்கும் பட்டுக் கட்ட முடியாது. அம்மான வேணும்னா கட்டிக்கக்கலாம்னு சொன்னாரு சின்னத்தா.”

“கேள்விப்பட்டேன்டி. இவ பேசுன தோரணையும் உங்க சித்தப்பன் அந்தப் பட்டுக்கட்டி பேசுனதையும், திருட்டுக் கழுதைங்க.”

“அயித்த! அப்படியெல்லாம் ஒண்ணுமில்ல. எங்க அம்மான் சொக்கத் தங்கம்.”

“ஆமாடி! அதுக்குத்தான உன்னைய மாதிரி சிறுக்கிக அடிக்கடி ஒரசிப் பாக்குறீங்க.”

“சரி அயித்த, பேச்ச விடு. அடுத்த ஊர்க்காரிக்கு முன்னால நம்ம ஊர்ப் பேச்சு எதுக்கு!”

“ஏய் ஆத்தா, ஒம்பேரு என்னா? பானைய கீழ வைய்யி. தண்ணீ ஊத்துறேன். மூணு பானையிருக்கு?”

தெய்வானையின் மூன்று பானைகளையும் நிறைத்தாள். ஒன்று பெரிய குடமாகயிருந்தது. அதைத் தூக்கிவிட இன்னொரு பெண் வந்தாள். “வேணாம், நானே தூக்கிருவேன்” என்றாள் தெய்வானை. ஒற்றை ஆளாக அனாயாசமாக குடத்தைத் தூக்கி இடுப்பில் வைத்தாள். தளும்பிய தண்ணீர் அவள் இடுப்புச் சேலையை நனைத்தது. பளபளத்த இடுப்பை ஆர்வமுடன் பார்த்த இரண்டு பெண்களும் பட்டுக்கட்டியின் மனைவி வெள்ளையம்மாளைப் பார்த்து கண் ஜாடை காண்பித்தனர். தலையில் சுருமாடு வைத்துக் கொண்டாள். அதில் ஒரு குடத்தை வாங்கிக் கொண்டாள். மெதுவாகக் குனிந்து இரண்டாவது குடத்தையும் தலையில் வாங்கிக் கொண்டாள்.

“ஏ ஆத்தா? ஒம்பேரு கேட்டாளே? சொல்லல நீ” என்றாள் வெள்ளையம்மா. பெரிய குடத்தை இடுப்பிலும், இரண்டு சிறிய குடங்களைத் தலையிலும் சரிசெய்து வைத்தபடி நடக்க ஆரம்பித்த தெய்வானை நின்று திரும்பினாள். பட்டுக்கட்டியின் மனைவியைப் பார்த்துச் சிரித்தாள்.

“தெய்வானை” என்றாள்.

“பனையேறிகூடயிருக்கியா?உனக்கு என்ன வேணும் அவரு?”

“அய்யா.”

“அய்யாவா? ஒங்கப்பனுக்கு அப்பனா? அவ்வளவு வயசான வரா பனையேறி?” என்றாள் தண்ணீர் ஊற்றியவள்.

“இல்லடி! மொரய அவ சரியாச் சொல்லல. நம்ம ஊர்ல அய்யான்னா அப்பனைப் பெத்தவர். இந்தப் புள்ள சாதியில் அய்யான்னா அப்பான்னு அர்த்தம். அப்படித்தானே தெய்வானை?”

“ஆமா” என்றாள் தெய்வானை.

“அயித்த, இனிமேல் தண்ணீ எடுக்க வரயில கையில இந்தத் தெய்வானைய வாளி எடுத்து வரச் சொல்லுங்க. ஆனானப்பட்ட பட்டுக்கட்டி அம்மானோட பொஞ்சாதியே

கையில வாளி எடுத்து வரும்போது இந்தப் பனையேறி அம்மாவும் கொண்டு வரட்டும்."

"சரி விடுடி. வாளி வீட்டில இருக்கோ என்னவோ" என்ற வெள்ளையம்மா, "தெய்வான இவளுக பேசுறத பெரிசா எடுத்துக்காத! பழக்கமில்லாததால ஒரண்ட இழுப்பாளுக! பழகிட்டா எல்லா ஒத்தாசையும் செய்வாளுக. வீட்ல வாளி யிருந்தா எடுத்துக்கிட்டு வா. இல்லைன்னா எங்க வீட்டுக்கு வந்து, வாளி வாங்கிக்க."

"தண்ணீ இறச்சிட்டு மறக்காம வாளியக் கொடுத்திட்டுப் போகச் சொல்லுங்க அயித்த."

தண்ணீர்க் குடத்துடன் தெருவில் நடந்த தெய்வானையைக் கூர்ந்து பார்க்காதது அந்த ஊரின் குழந்தைகளும், ஆடு மாடுகளும்தான்.

அன்று மாலை பனந்தோப்பிற்கு வந்தவர்தான் பட்டுக்கட்டி. இந்த நான்கு நாளும் தினமும் ஏதாவது ஒரு சாக்குப் போக்குச் சொல்லி வந்து விடுகிறார். பனையேறி ஊருக்கு வந்து ஒரு மாதமாகிறது. இந்த ஒரு மாதத்தில் அவரிடம் பட்டுக்கட்டி பத்து வார்த்தைகள் பேசியிருந்தால் அதிகம். இதுவரை பேசாத பேச்சுகள் எல்லாம் இப்போது தெய்வானை வந்த நாலு நாளில் பேசுகிறார் என்பதைப் பனையேறி புரிந்துகொண்டாரோ இல்லையோ, தெய்வானை புரிந்துகொண்டாள்.

3

பஞ்சாயத்திலிருந்து சொல்லிக் கொள்ளாமல் கிளம்பிய பட்டுக்கட்டி நேராக வந்தது பனங்காட்டிற்குத்தான். ஓட்டமும் நடையுமாக தெய்வானையைப் பின்தொடர்ந்தார்.

“ஏய் புள்ளே நில்லு” அதட்டினார்.

தெய்வானைக்கு அவர் பின்தொடர்வது தெரிந்தும், வேண்டுமென்றே அடுத்த அதட்டல் மொழிக்குக் காத்திருப் பவள்போல வேகத்தைக் கூட்டி நடந்தாள். அவள் குடத்தி லிருந்து தண்ணீர் தளும்பும் சத்தம் அதிகமாகியது.

“ஏய் புள்ளே, கூப்பிடுறது காதுல விழல? இப்ப நிக்கலன்னு வச்சுக்க, இன்னைக்கே குடிசையைப் பிரிச்சு எறிஞ்சிருவேன்.”

தெய்வானை நின்றாள். திரும்பிப் பார்த்து, “என்ன சொன்னீங்க?” என்றாள்.

நடையின் வேகத்தைக் குறைத்து பட்டுக்கட்டி தெய்வானையை நெருங்கினார். அதட்டிக் கூப்பிட்டபோது இருந்த தைரியம் அவளை நெருங்கியபோது சற்று குறைந்ததுபோல இருந்தது.

“என்ன சொன்னீங்க!” என்றாள் மறுபடியும்.

“இல்ல. நிக்கச் சொன்னேன். காது கேக்காதது மாறி நீ பாட்டுக்குச் சல்லிக்கட்டு காள மாதிரி போனா என்ன அர்த்தம்?”

“நானா? நா எப்ப சல்லிக்கட்டு காளயானேன்?”

“ஏன் உங்கப்பன் தான் சொல்லிக்கிட்டானாமே?”

“என் அப்பனா? என்ன சொன்னாரு?”

“சல்லிக்கட்டுக் காளய அணையரவன்லாம் அணஞ் சுக்கன்னு?”

“எந்தப் பொச கெட்ட பய சொன்னான்?”

“அதான் உங்க அப்பன் சொன்னான்னு சொன்னேன்ல?”

“உங்ககிட்ட அதைச் சொன்ன பொசகெட்ட பய பேரைச் சொல்லு. பாள அருவாவ வச்சு அறுத்துப்புடுறேன்.”

“அவம் பேரு எதுக்கு உனக்கு? ஒன் அப்பன் சொன்னானா இல்லையான்னு கேப்பயா? அதவிட்டுட்டு சொன்னவென் பேரக் கேக்கிற?”

“சரி, எங்க அய்யாகிட்ட கேட்டுக்கிறேன். என்னைய இப்ப எதுக்கு நிறுத்துனீங்க?”

“பேசணும்.”

“அதுக்கு முற இருக்கு. குடிசையப் பிரிச்சுப் போட்டுரு வீங்களா, காதுல விழுகாம நடந்தா?”

“இல்ல கோவத்துல சொல்லிட்டேன்.”

“கோவம் வந்தா எது வேணா சொல்லிருவீங்களா?”

“சரி, அதவிடு. எதுக்குப் பஞ்சாயத்து நடந்துக்கிட்டிருக்கையில ஜங் ஜங்குன்னு மூனு தண்ணீக் கொடத்த தூக்கிட்டு வர்ற?”

“இந்தப் பனங்காட்டுல குடிதண்ணீக்கு எங்க போறது? ஒரே தடவையில கொண்டு வரலாம்னு மூனு கொடம் எடுத்தேன். அத ஏன் உங்க ஊருக்காரனுங்க காணாதத கண்டது மாரி பாக்குறானுங்க?”

“எங்க ஊர்ப் பயலுக முன்னப்பின்னதான் இருப்பானுக. அதனால ஒன்னைப் பாத்தா ஒரு மாரியா இருந்திருக்கும்.”

“அவனுங்களுக்கு மட்டும்தானா?”

“ம். எனக்கும்தான்.”

“ஒங்க வீட்டம்மாதான் தண்ணீ எறச்சு விட்டுச்சு. வீட்ல வந்து வாளி வாங்கிக்கிறச் சொல்லுச்சு.”

“இப்ப எதுக்கு அந்த இடுப்புச் செத்தவள நாவகப்படுத்துற?”

தெய்வானை சிரித்துக்கொண்டே,

"உங்க வீட்டம்மா வர்ற மாரி தெரியுது" என்றாள்.

பட்டுக்கட்டி திரும்பிப் பார்த்தார். வெள்ளையம்மா கயிற்றுடன் இருந்த வாளியைப் பிடித்தபடி வந்து கொண்டிருந்தாள்.

வெள்ளையம்மா அருகில் வரும்வரை தெய்வானை நின்றுகொண்டாள்.

தெய்வானையை அப்போதுதான் பார்த்தது போலக் காட்டிக்கொண்ட வெள்ளையம்மா, "ஒஞ்சோட்டுக்காரிக ஒனக்கு மூனு கொடத்துக்காரின்னு பேர் வச்சிருக்காளுக" என்று சொல்லிச் சிரித்தாள். "இந்தா, இந்த வாளிய வச்சுக்க" என்று நீட்டினாள்.

பட்டுவேட்டி முள்புதர் வழியாக வேகமாகப் போய்க் கொண்டிருந்தார்.

4

"**த**ம்பி, நீங்க பெரிய வீட்டுப்புள்ள. இந்த தொழிலப் பத்தி தெரிஞ்சு என்ன செய்யப் போறீங்க? உங்கய்யாவுக்கு நீங்க இங்க வந்து போறது தெரிஞ்சா நல்லாயிருக்காது. வயசுப்புள்ள இருக்கிற இடத்துல அடிக்கடி தேவையில்லாம நீங்க வர்றது சரியாயிருக்காது."

தாணுமாலயன், பட்டுக்கட்டி மகன் புலிக்குட்டியிடம், பவ்யமாகச் சொன்னார். கட்சிக்கொடி கட்டிய பச்சை வண்ண ராலே சைக்கிளை ஸ்டான்ட் போட்டு புலிக்குட்டி, தாணுமாலயன் குடிசை முன்பாக நிறுத்தியிருந்தான்.

"பெரிசு! ஊர்க்கார கிழட்டுப் பயல்கள விட்டுத் தள்ளுங்க. இந்த இடத்துல எனக்கும் பங்கிருக்கு. எங்கப்பாரு அந்தக் காலத்து ஆளு. நீதான் கேள்விப்பட்டிருப்பையே. ரஷ்யாக் காரன் ராக்கெட் போயி இறங்கிருச்சு. இவனுங்க இந்தப் பட்டிக்காட்டுல ஒக்காந்து சந்திரன் எங்கயிருக்காரு, சூரியன் எங்கயிருக்காருன்னு வள்ளுவன்கிட்ட இந்த பழம் பஞ்சாங் கங்க ஊர் கூடிப் பேசிக்கிட்டிருக்காங்க! ரஷ்யாக்காரன் எங்கயிருக்கான்? இவனுங்க எங்கயிருக்கானுக? காலம் மாறிக் கிட்டிருக்கு. பொழக்கிற பொளப்பப் பாக்கணும். இந்த சித்ர, வைகாசி, ஆனி மாசந்தான் கள்ளு எறங்குற காலம். நல்ல வேளையா இந்த வருசம் இது வர காத்து, மழ எதுவும் இல்ல. அதனால தொடர்ந்து மூணு மாசம் கள்ளு எறக்கலாம். டவுன்ல கச்சேரிக்கு எதுத்த கள்ளுக்கடக்காரர் எனக்கு நல்ல பழக்கம். அவருதான் சொன்னார், நம்ம ஊர் கள்ளுக்கு ருஜி அதிகம்னார். தண்ணி வசதியில்லாத கட்டாந்தரையில நம்ம ஊர் பனமரங்க இருக்கிறதாலயும், ஆண் மரங்கள் அதிகமாகயிருக்கிறதனாலயும் நம்ம மரத்துக் கள்ளு சாப்பிட ருஜியாயிருக்கும்னார்."

“நெசந்தான்.”

“பருவ பனையோ என்னவோ எத்தனயிருக்கும்ன்னு கள்ளுக் கடைக்காரர் கேட்டுவரச் சொன்னார்.”

“பருவ பனைய ஒங்க ஊர்ல எப்படிச் சொல்லுவீங்க?”

புலிக்குட்டியின் பார்வை குடிசைக்குள் துழாவியது. டவுன் தபாலாபீசு முன்னாலயிருந்த தகர போர்ட தார் வச்சு பூசுன கேசுல உள்ள போய்ட்டு இரண்டு நாளுக்கு முன்புதான் புலிக்குட்டி ரிலீஸ் ஆகி வந்திருந்தான். ஊருக்குள்ள வந்தவுடன் தெய்வானை பற்றி தெரிந்துகொண்டான்.

“எங்க ஊர்லயும் பருவ பனைன்னு தான் பேரு. கள்ளு இறக்க தகுதியான மரங்கள பருவ பனைன்னு சொல்லுவோம். பனை மரம் நட்ட 15 வருசத்திலயிருந்து எம்பது தொண்ணூறு வயசு வர கள்ளு எறக்கத் தகுதியாயிருக்கும். அப்படிப் பாத்தா நம்மகிட்ட அம்பதுக்கு மேல பருவ பனை இருக்கும்.”

“சின்ன மரங்க, ரொம்ப வயசானது?”

“ஓ! அதுதான் அளவ பனை, அது ஒரு நூறு நூத்திப் பத்து இருக்கும்.”

“சரி பெருசு. காலைலயும், சாயந்தரமும் கள்ளு எறக்கு வீங்கல்ல? காலம்பர கள்ளு ருஜியா? சாயந்தரக் கள்ளா?”

“சாயந்தரம்தான் ரொம்ப நல்லாயிருக்கும்.”

“அப்ப, ஆம்பள மரத்துக் கள்ளு சாயங்காலம் இறக்கித் தெனமும் ஐநூறு லிட்டர் சுத்தமா சரக்கு அனுப்பணும். முடியுமா?”

“முடியுமா, முடியாதாங்கிறதா இல்ல. தம்பி, உங்க அய்யா என்ன சொல்லுவாறோங்கிறதுதான். ஏற்கனவே என்கிட்ட சொல்லியிருக்காங்க. பதிநீ மத்திரம்தான் இறக்கணும்னு. எப்பவாச்சும் ஒங்க அப்பாவுக்கும் கஸ்பாவுக்கும் ஆண்மரத்துல சாயங்கால கள்ளு எடுத்துக் கொடுப்பேன். ஒரே ஒரு கலயம், அவ்வளவுதான்.”

“ஏம் பெருசு. நான்தான் சொல்றேன்ல. எனக்குச் சொத்துல பங்கு இருக்குன்னு. நீ சொன்னேல்ல, அம்பது மரத்துக்கு

மேல பருவ பனைன்னு. அதெல்லாம் வச்சது என்னோட பாட்டன், பூட்டன். அதனால எங்கப்பாவுக்கு என்ன உரிம இருக்கோ அது எனக்கும் இருக்கு. அவரு புதுசா நட்டு வச்சது நூத்துக்குள்ள தான் இருக்கும். அந்த அளவப் பனையில எனக்கு எந்த உரிமையும் கேக்கல."

"சரி தம்பி. நா என்ன சொல்ல முடியும்? நான் கூலிக்காரன்."

தகப்பனுக்கும், பட்டுக்கட்டியின் மகனுக்கும் நடந்த பேச்சு வார்த்தையைக் குடிசைக்குள் படுத்திருந்த தெய்வானை கேட்டுக் கொண்டிருந்தாள். இவனை இன்றுதான் பார்க்கிறாள். பட்டுக்கட்டி இவனைப் பற்றி ஒன்றும் சொன்னதில்லை. குடிசையில் ஒருக்களித்து படுத்தபடி பனை ஓலைத் தடுப்பை லேசாக விலக்கி அவனைப் பார்த்தாள்.

பட்டுக்கட்டியின் மனைவி முகச்சாடையில் இருந்தான். தலைமுடியை இரண்டாக வகுத்து, நேர் வகிடு எடுத்திருந்தான். இடுப்பில் கரைவேட்டி கட்டி, தோளில் அவன் இளவயதிற்குச் சம்பந்தமில்லாமல் பெரிய துண்டை வல்லவட்டாகப் போட்டிருந்தான். சட்டைப் பையில் கறுப்புக் கண்ணாடியை மடித்துத் தொங்கவிட்டிருந்தான்.

தான் குடிசையை விட்டு வெளியில் வரும்வரை, அவன் போக மாட்டான் என்று தெரிந்து கொண்டாள் தெய்வானை. கையில் தலைநாரைப் பிடித்தபடி குடிசைக்கு வெளியே வந்தாள். புலிக்குட்டி கண்கள் விரியப் பார்த்தான். அவனை அறியாமலேயே அவன் வாய்திறந்து கொண்டது.

ஒரு கோணல் சிரிப்புடன், "நீதான் தெய்வானையா? பசங்க சொன்னாங்க" என்றான்.

"அய்யா, இந்த தல நார மாட்டிக்கிட்டு தெக்கத்தி மூலையில இருக்குற மரத்துல ஏறு. அந்தக் கலயத்துல சுண்ணாம்பு வைக்கலை."

"இல்லம்மா. நீதான் வேணாம்னு சொல்லிட்டையில."

"அதுலயிருக்குற நாலு கலயத்தையும் எடு. கருப்பட்டி ஊத்திப் பாப்போம்."

புலிக்குட்டிக்குத் தெய்வானையைப் பார்த்த பிரமிப்பு ஒருபுறம் இருந்தாலும், தன்னைச் சுத்தமாக அவள் மதிக்கவில்லை என்று தெரிந்ததும் லேசாக கோபமாகிவிட்டான். அவன் அனுபவத்தில் பெண்கள் உதாசீனப்படுத்துவதுகூட ஒரு கபட நாடகம் என்று தெரிந்து வைத்திருந்ததால், மீண்டும் தெய்வானையிடம் பேச்சுக் கொடுத்தான்.

"கருப்பட்டிக்கு இங்கேயே காய்ச்சிருவீங்களா?" என்றான்.

"ஆமா, நாலு கலயத்துலயும், குறஞ்சது ரெண்டு முழு கலயம் கள்ளு கிடைக்கும். அதக் காய்ச்சுனா ஒன்றரைக் கிலோ கருப்பட்டி வரும்."

"காய்ச்சுனா போதுமா?"

"காய்ச்சயில சுக்கு, ஏலக்கா போட்டுக் காய்ச்சுனா கருப் பட்டி வாசனையா நல்லாயிருக்கும்" என்றவள்,

"அய்யா, நானு போயி பட்டுக்கட்டி வீட்ல பத்திருபது தேங்கா சிரட்ட வாங்கிட்டு வந்துர்றேன். நீ கலயத்த இறக்குறதுக்குள்ள சடுதியில் வந்துர்றேன்" என்று சொல்லிவிட்டு யாருடைய பதிலையும் எதிர்பாராமல் கிளம்பினாள்.

"தெய்வானை! நானு பட்டுக்கட்டியின் மகந்தான்."

"ஓ அப்படியா! உன்னிய இப்பத்தான பார்க்கிறேன், தெரியாதுல்ல."

"அதுனால பரவாயில்ல. எம்பேரு இளம் வேங்கை."

"எளம் வேங்கையா?"

"ஆமா, எங்கப்பாரு புலிக்குட்டின்னு பேரு வச்சிருந்தாரு. அந்தப் பேரு அரிதிப் பழசாயிருக்குன்னு எங்க கட்சியோட மாவட்டம் இளம் வேங்கைன்னு வச்சுட்டாரு. அதுனால இளம் வேங்கை."

"ஊர்ல ஒனக்கு இந்தப் பேருன்னு தெரியுமா?"

"இப்பத்தான வைச்சிருக்கேன். கொஞ்ச நாள் கழிச்சு தெரியும்."

தலை நாரை தெய்வானையிடமிருந்து வாங்கிக் காலில் மாட்டிக் கொண்ட தாணுமாலயன் பக்கத்திலிருந்த மரத்தில் ஏறினார்.

“தம்பி வந்தது வந்துட்டீங்க. பதனி இறக்கித் தர்றேன் குடிச்சிட்டுப் போங்க.”

“பெரிசு! நான் பதநீ குடிக்குற அர டிக்கட் இல்ல. மரத்த விட்டுக் கீழ இறங்குங்க. தெய்வானை சொன்ன தெக்கு மூல பனையிலிருந்து இறக்குங்க. கருப்பட்டி காய்ச்ச வேணாம். கள்ளு குடிக்கணும் எனக்கு.”

தெய்வானைக்குப் பட்டுக்கட்டியின் மகனைப் பார்த்ததி லிருந்து, எரிச்சலாகவேயிருந்தது. அவன் பேச்சும், பார்வையும் தோற்றமும் பட்டுக்கட்டி போலவே இல்ல. ஏதோ சில்லரைப் பயல் நடவடிக்கை போலேயிருந்தது. அவனோடு பேசி ஒரண்டையிழுக்க வேண்டாம் என்று முடிவு செய்துவிட்டு, பட்டுக்கட்டி வீட்டிற்கு விடுவிடு என்று நடந்தாள்.

5

பட்டுக்கட்டியின் வீட்டு வராந்தாவிலிருந்த குத்துக்கல்லில் கஸ்பா உட்கார்ந்திருந்தார். அந்தக் குத்துக்கல் அவருக்கான ஆசனம். பட்டுக்கட்டியே வராந்தாவிற்கு வந்தாலும் மரியாதைக்கு எழுந்து நிற்பாரே ஒழிய, குத்துக்கல் ஆசனத்தை விட்டுத்தர மாட்டார். அவர் குத்துக்கல்லில் உட்காராத நேரத்தில் அவர் சம்பந்தப்பட்ட ஏதாவது ஒரு பொருளைக் குத்துக்கல்லின்மீது வைத்துவிட்டுப் போவார்.

தெய்வானை பட்டுக்கட்டி வீட்டுத் தாழ்வாரத்திற்குள் நுழைந்தாள்.

கஸ்பா எழுந்து வேகமாக நடந்து வந்தார். சுற்றிமுற்றிப் பார்த்துவிட்டு, "ஏத்தா, அந்தப் புலிக்குட்டி அங்க வந்தானா?" எப்போதும் கலகலப்பாக இருக்கும் கஸ்பாவின் பேச்சும், நடவடிக்கையும் அன்று வித்தியாசமாகயிருந்தது.

"புலிக்குட்டின்னா? பட்டுக்கட்டி மவன்தானே?"

"ஆமா, வந்தானா?"

"வந்திருக்கான். பதனி எறக்க வேணாமாம். யாரோ தெரிஞ்சவங்க டவுன்ல கள்ளுக்கட வச்சிருக்காங்கலாம். அதுக்கு சப்ள பண்ணனும்னு சொன்னான் எங்கய்யாகிட்ட."

"சரி சரி. பட்டுக்கட்டிகிட்ட நானு பேசிக்கிர்றேன். நீயும் ஒங்கப்பாரும் அவன்கிட்ட கொஞ்சம் ஜாக்கிரதையாவே யிருந்துக்கங்க. வாயக் கொடுக்க வேணாம்! ஏதாவது அவன் கேட்டான்னா கஸ்பாகிட்ட சொல்லியிருக்கோம்னு சொல்லிடுங்க."

"சரி கஸ்பா. எனக்கு ஒரு இருபது தேங்கா சிரட்ட வேணும்?"

"எதுக்கு? கருப்பட்டி காய்ச்ச போறீயா!"

“ஆமா!”

“சரி சரி, இஞ்சி ஏலக்கா வச்சிருக்கயா?”

“இருக்கு.”

“எவ்வளவு காய்ச்சப் போற?”

“பத்து லிட்டரு. ஒன்றைக்கிலோ கருப்பட்டி கிடைக்கும்.”

“பாதிய நீ வச்சுக்க. பாதிய பட்டுக்கட்டிகிட்ட கொடுத்திரு.”

“உங்களுக்கு?”

“எனக்கு எதுக்கு? பட்டுக்கட்டி வீட்ல காபித்தண்ணி எனக்குக் கிடைக்கும். உங்கிட்ட வந்தாலும் குடிச்சிட்டுப் போறேன்.”

பட்டுக்கட்டியின் வீட்டிற்குள் ஏதோ பாத்திரம் உருளுவது போல சத்தம் கேட்டது. கஸ்பா வீட்டிற்கு வெளியில் வந்தார். அவரோடு சேர்ந்து தெய்வானையும் வந்தாள்.

“சரி தெய்வான, நீ கிளம்பு. காய்ச்ச ஆரம்பி. கொதிக்க ஆரம்பிக்கிறதுக்குள்ள ஒனக்கு இருபது முப்பது சிரட்ட வந்து சேரும். அந்தப் பய, அங்க தான் இருப்பான். பேச்சக் குறச்சுக்க. மட்ட அருவா வீட்ல இருக்குல?”

“இருக்கு, பாளை அருவா எடுத்துக்கிட்டு எங்கய்யா மரத்துல ஏறிட்டாரு. மட்ட அருவா வீட்டுக்குள்ளதான் இருக்கும்.”

“அத எடுத்து பனமட்டங்கள ஆக்ரோசமா வெட்டு. மைனர் நகண்டிருவான்”

“ஆச்சரியமாயிருக்கு கஸ்பா, பட்டுக்கட்டி மாரியே இல்ல, இந்தப் பய.”

“பெரிய இடத்து விசயம். நல்லதுக்கு ஒரு பொல்லாதது. பொல்லாததுக்கு ஒரு நல்லதுன்னு சொல்லுறாங்கல்ல. அது மாறிதான். சரி சுருக்கா கிளம்பு. சொன்னத நாபகம் வச்சுக்கோ. எதுக்கும் பதில் தர வேணாம். ஓட்டவாய்ன்னு பேர் வாங்குறத விட அமிக்கின்னு பேரு வாங்குறது நல்லது.”

பட்டுக்கட்டியின் வீட்டு வேலைக்காரனைக் கூப்பிட்டு, தென்னந்தோப்பிற்கு அனுப்பினார்.

பட்டுக்கட்டி வீட்டிற்கு வெளியில் வந்தார். அவர் முகம் கோபத்தில் சிவந்திருந்தது.

“கஸ்பா! யாருப்பா பொம்பள பேச்சு சத்தம் கேட்டது? தெய்வானையா!”

“ஆமா, ஆமா. கருப்பட்டி காய்ச்சப் போகுதாம். தேங்கா சிரட்ட கேட்டு வந்துச்சு. நா ஏதோ தென்னமரம் வச்சிருக்க மாதிரி. பட்டுக்கட்டி வீட்லயிருந்து அனுப்புறேன்னு சொல்லிட்டேன். கந்தன தென்னந்தோப்புக்கு அனுப்பிட்டேன். சாயந்திரம் பனந்தோப்புக்குப் போனோம்னா சுடச்சுட கருப்பட்டி கிடைக்கும்.”

பட்டுக்கட்டியின் கோபத்திற்கான காரணம் கஸ்பாவிற்குத் தெரியும். பட்டுக்கட்டி வீட்டில் நடப்பது அனைத்தும் கஸ்பாவிற்கு அத்துபடி. பட்டுக்கட்டியை வீட்டிலிருந்து வெளியே கூட்டிகிட்டு செல்வது நல்லது என்று நினைத்த கஸ்பா, “மூப்பனாரே! நம்ம லொடப் பயலுக்கு மேலுக்கு முடியலையாம். ரெண்டு நாளக்கி முன்னால கருக்கல்ல கல்லுக்குமிக் காட்டு வழியா வந்திருக்கான். விடிஞ்சும் விடியாமலும் இருந்த நேரமா? ஏதோ சொத்துன்னு விழுகிற சத்தம் கேட்டுருக்கு. அன்னேரம் தெங்காசி போற பாசஞ்ஸர் வந்திருக்கு. விளையாட்டுக்காரப் பயபுள்ள, எவனோ ரைல் டிராக்ல வரிசையா நாலஞ்சு விறகுக்கட்டய அடுக்கி வச்சிருக்கானுங்க. ரயில் சக்கரம் விறகுக்கட்டயில ஏறுனதுல ஒரு கட்ட வந்து விழுந்த சத்தம்தான் அதுன்னு தெரியாம ஏதோ காத்துக் கருப்புன்னு பயந்துட்டானாம். நீங்க வந்து தின்னீரு போட்டா சரியாப் போகும்னு அவம் பொஞ்சாதி என்கிட்ட சொன்னா.”

“இங்க, அவனால வர முடியுமா! ரொம்பக் கிடக்கானா?”

“இல்ல, கஷ்டம் அவன் வர்றது.”

“சரி வா, நாம போய்ட்டு வருவோம்” என்ற பட்டுக்கட்டி வீட்டிற்குள் போய் விபூதிப் பையுடன் திரும்பி வந்தார்.

பட்டுக்கட்டிக்குச் சொல்லிக்கொள்ளும்படி பெரிய வேலை ஒன்றும் இல்லையென்றாலும், அவர் ஓரிடத்தில் தொடர்ந்து

ஒரு மணிநேரம் உட்கார்ந்ததே இல்லை. ஏதாவது ஒரு வேலை வந்துவிடும். நூறு வீடுகள் உள்ள கிராமத்தில் ஏதாவது ஒரு பிரச்சனை வந்து கொண்டுதானிருக்கும். பட்டுக்கட்டி விசாரிக்க ஆரம்பித்தவுடனே பிரச்சனைகள் தீர்வை நோக்கிப் பயணிக்க ஆரம்பிக்கும். குடும்பப் பிரச்சனை, சொத்துப் பிரச்சனை, கொடுக்கல் வாங்கல் பிரச்சனைகளைப் பெரும்பாலும் சம்பந்தப்பட்ட இடத்திற்கே கஸ்பாவுடன் சென்று தீர்த்து வைப்பார்.

பெண்களுக்குள் நடக்கும் தகராறையும், பெண்கள் சம்பந்தப்பட்ட தகராறையும் விசாரிப்பதில்லை. "பொம்பள விசயம் ஓடி அடையாது. அது அதா முடிஞ்சாத்தான் உண்டு. பொம்பள விசயம்னாலே ரெண்டு தரப்பும் கடுமையா யிருப்பானுங்க. விட்டுக் கொடுத்துப் பேச மாட்டானுங்க. நியாயமா பேசினாலும், நாம ஒரு தரப்ப ஆதரிக்கிறோம்னு நெனப்பானுங்க. அதனால பொம்பள விஷயத்த நல்ல மனுசன் பெரிய மனுசன் விசாரிக்க மாட்டான் என்று சொல்லிவிடுவார். எந்தப் பிரச்சனையென்றாலும் அது கஸ்பா மூலமாகத்தான் பட்டுக்கட்டியைச் சென்றடைய வேண்டும்.

கஸ்பாவிற்குத் தெரியாமல் யாராவது நேரடியாகப் பட்டுக் கட்டியைச் சந்தித்துப் புகார் செய்தால், அவர் அதை விசாரிக்காதபடி கஸ்பா பார்த்துக் கொள்வார். அதனால் கஸ்பாவைத் தவிர்த்தால் பிரச்சனை விசாரிக்கப்படாது என்று ஊர்க்காரர்களுக்குத் தெரியும்.

6

புலிக்குட்டி விசயம் வேறு மாதிரி போகப் போகிறது என்று சந்தேகப்பட்ட கஸ்பா, பனந்தோப்பு விஷயத்தைக் கூர்ந்து கவனிக்க ஆரம்பித்தார். பெரிய வீட்டுப் பையனின் பழக்கவழக்கங்கள் சரியில்லை. உள்ளூரில் படிக்க வைத்திருக்க வேண்டும். பணம் கட்டி ஏதோ வெளியூர் விடுதியில் சேர்த்து விட்டார்கள். புலிக்குட்டிங்கிற பேர வச்சு எல்லோரும் கேலி செய்றாங்கன்னு பள்ளிக்கூடம் போக மாட்டேன்னான்.

கஸ்பா பள்ளிக்கூடத்திற்குப் போய் காப்பாளரிடம் பேசினார். காப்பாளர், "நான் பார்த்துக் கொள்கிறேன். ஒரு வெள்ளைத் தாளில் புலிக்குட்டியின் அப்பா கையெழுத்து வேண்டும்" என்று சொல்லிவிட்டார்.

கஸ்பா, "ஒரு வாரத்தில் பட்டுக்கட்டியின் கையெழுத்து வாங்கி வர்றேன்" என்றார்.

"அவர் கையெழுத்தை நீங்கள் பார்த்திருக்கிறீர்களா?"

"பார்த்திருக்கிறேன்."

"எங்கே போட்டுக் காண்பியுங்கள்" என்று சொல்லி ஒரு தாளை நீட்டினார். கந்தசாமி மூப்பனார் என்று கஸ்பா எழுதிக் காண்பித்தார்.

புலிக்குட்டியைக் கண்சிமிட்டி வார்டன் சமாதானப் படுத்தினார். எட்டாவது வகுப்பு பரீட்சை முடிவு மாலை நேரப் பேப்பரில் வந்தது. பாஸா எனப் பார்ப்பதற்கு பரீட்சை நம்பரைக் கேட்டதற்கு, புலிக்குட்டி தரமாட்டேன் என்று சொல்லிவிட்டான். எட்டாவதுக்கு மேல் படிக்க மறுத்து விட்டான். டவுனுக்குப் போய் வாரக்கணக்கில் தங்க ஆரம்பித்தான். விசாரித்தால் சதா பார்பர் ஷாப்பில் உட்கார்ந்திருக்கிறான் என்றார்கள்.

பார்பர் ஷாப்பில் கிடக்கும் பேப்பரைப் படித்து வியாக்கியானம் செய்யும்போது நடக்கும் தகராறுகளில் அடிக்கடி போலீஸ் ஸ்டேசன், கோர்ட், ஜெயில் என்று அவன் வாழ்க்கை மாறியது. ஒருமுறை புலிக்குட்டியைத் தேடி போலீஸ் ஊருக்கு வந்த போதுதான் அவனது நடவடிக்கைகள் பட்டுக்கட்டிக்குத் தெரிய ஆரம்பித்தன.

போலீஸ்காரருடன் கஸ்பாவும் வந்திருந்தார்.

"பட்டுக்கட்டி! கஸ்பாவக் கேட்டேன். எளம் வேங்கைன்னு ஊர்ல யாருமே இல்லைங்கிறார். ஆனால் அப்பா பேரு கந்தசாமி மூப்பனார்ன்னு இருக்கு. இந்த ஊர்ல கந்தசாமி மூப்பனார்ன்னு ஒங்களத் தவித்து யாரும் இருக்காங்களா?"

"இல்லீங்களே ஏட்டய்யா, நா ஒருத்தன்தான். எனக்கு ஒரு மகன்."

"அவன் பேரு?"

"புலிக்குட்டி."

"சரித்தான். புலிக்குட்டிங்கிற எளம் வேங்கைன்னு பேர மாத்திருக்கான்."

"எளம் வேங்கை?"

"அதான் புலிக்குட்டி."

"அப்ப எப்படி மாத்த முடியும்?"

"அவன் படிச்ச பள்ளிக்கூடத்தில் போய் விசாரிச்சிட்டுத்தான் எப்.ஐ.ஆர். போட்டோம். பள்ளிக்கூட ரிக்கார்டுல அவன் பேர் புலிக்குட்டின்னு இருந்தத அடிச்சு எளம் வேங்கைன்னு போட்டிருந்துச்சு."

"என் சம்மதம் இல்லாம பேர மாத்த முடியாதே ஏட்டய்யா?"

கஸ்பாவிற்குப் புரிந்துவிட்டது. வார்டன் வேலையைக் காண்பித்து விட்டான்.

"ஏட்டய்யா, ஏதோ கொளப்பமாயிடுச்சு. கொஞ்ச நேரம் பனந்தோப்புல உக்காருங்க. தாணுமாலயன் நல்ல பதநீ

வச்சிருப்பான். குடிச்சிக்கிட்டிருங்க. நானும் பட்டுக்கட்டியும் உங்க பின்னாலே வந்துர்றோம்."

"கஸ்பா, காலம்பர மணி பத்தாகப் போகுது. காலைல இறக்குன பதநீ இன்னேரம் கள்ளா மாறியிருக்கப் போகுது, சனியன்."

"இல்ல ஏட்டய்யா, தாணுமாலயன் நிறைய சுண்ணாம்பு சேர்ப்பான். அவ்வளவு வேகமாக கள்ளா மாறாது. உச்சிவெயில் வர்ற வரைக்கும் பதநீ அப்படியே இருக்கும்" என்று சொல்லி ஒரு ஆளுடன் ஏட்டய்யாவை அனுப்பிவிட்டு, வார்டனிடம் தான் 'கந்தசாமி மூப்பர்' என்று எழுதிக் காண்பித்ததைப் பற்றிச் சொன்னார்.

"என்ன கஸ்பா! அறிவில்லாமப் பண்ணீருக்கீரு. எங் கையெழுத்த எதுக்கு டவுனுக்கார பயகிட்ட போட்டுக் காண்பிச்சீங்க?"

"தெரியாமப் போச்சு மூப்பனாரே! புலிக்குட்டிய சமாதானப் படுத்த ஏதோ கேக்கிறார்ன்னு நினைச்சேன்."

"ஏய்யா, சாதாரணமா எவனாவது முக்கினா மொணங்குனா கூட அடுத்த நிமிசம் இங்க ஓடியாந்து சொல்லுவ. இவ்வளவு பெரிய விசயத்த சொல்ல மாட்டீயா?"

"இத நா பெரிசா எடுத்துக்கல மூப்பனாரே!"

"எம் மூஞ்சியிலே முழிக்காதே, போ" என்று பட்டுக்கட்டி கத்தினார்.

வீட்டிற்குப் போன கஸ்பாவிற்கு கடுமையான காய்ச்சலும் தலைவலியும் என்று ஊருக்குள் தகவல் பரவியது. கஸ்பா இரண்டு நாட்கள் வீட்டை விட்டு வெளியில் வரவில்லை. அவரைப் பார்க்கப் போனவர்களிடம், "பட்டுக்கட்டி என்னைய விசாரிச்சாரா?" என்று கேட்டுக் கொண்டிருந்தார்.

"இல்ல கஸ்பா. அவரையும் வெளியில பாக்க முடியல. ஊர்ல இல்லைன்னுகூடச் சொல்றாங்க" என்றனர் ஊர் ஜனங்கள்.

7

கஸ்பாவால் இரண்டு நாட்களுக்குமேல் தாங்க முடிய வில்லை.

பனங்காட்டிற்குப் போனார். தாணுமாலயன் மரத்திலிருந்து இறங்கும்வரை காத்திருந்தார். எப்போதும்போல முப்பது மரங்கள் ஏறியிறங்கிய பின், பேச்சை ஆரம்பித்தார்.

“தாணுமாலயா, கேள்விப்பட்டிருப்பீல்ல?”

“ஆமா, தெய்வானை சொல்லிச்சு.”

“என்னப் பாத்ததுமே மூஞ்சியத் திருப்பிக்கிட்டு குடிசைக் குள்ள போன தெய்வான இன்னும் வெளியே வரல. அதையும் கவனிச்சேன்.”

“ஆமா கஸ்பா. நீ ரோசிச்சிருக்க வேணாமா? சரி போட்டது தான் போட்ட, வந்ததும் பட்டுக்கட்டிகிட்ட சொல்லியிருக்க வேணாமா? உங்க கையெழுத்த போட்டேன்னு.”

“சரிப்பா. புத்திய கடங்கொடுத்திட்டேன். ஆக வேண்டியதப் பாக்கனும் தாணுமாலயா. பட்டுக்கட்டி இடிஞ்சி போய் உக்காந்திருப்பாரு. வீட்ட விட்டு வெளியவே வர்றலயாம். எனக்கு ஒரு ஒத்தாச பண்ணு.”

“சொல்லுங்க.”

“தெய்வானகிட்ட ஒரு விசயம் சொல்லிவிடனும். பட்டுக் கட்டி கிட்டப்போய் தெய்வான பேசுச்சுன்னா, என்னையக் கூப்பிட்டு விடுவாரு.”

“உங்களுக்கும் பட்டுக்கட்டிக்கும் இருக்கிற சிநேகிதத்த எல்லாருக்கும் தெரியும். நாங்க அசலூர்க்காரங்க. பொழப்புத் தேடி வந்திருக்கோம். ஏதாவது எசகுபிசகு ஆயிப்போச்சுன்னா

எங்கமேல பொல்லாப்பு வந்துரும். அதுவுமில்லாம தெய்வானைக்கு வெவரம் பத்தாது. ஏதாவது கூடக் குறையப் பேசிருச்சுன்னா நெலம இன்னும் மோசமாயிடும். நீரடிச்சு நீர் விலகாது. அதனால நீங்களே போய்ப் பேசுங்க."

தாணுமாலயனின் வலது கண் துடித்தது.

"எங்கண்ணு, வலது பக்கம் துடிக்குது பாருங்க. நல்ல செய்தி வரும். நம்பிக்கையோடு போங்க. பட்டுக்கட்டிக்கு கோவம் போயிருக்கும்."

தூரத்தில் கனைப்புச் சத்தம் கேட்டது. பட்டுக்கட்டி வந்து கொண்டிருந்தார். கஸ்பா எழுந்து நின்றார். தோளில் கிடந்த துண்டை எடுத்துக் கையில் வைத்தார்.

"என்ன தாணுமாலயான்! கஸ்பா அய்யா கள்ளு குடிக்க வந்திருக்காரா?"

கஸ்பாவிற்கு கண்ணீர் வந்தது. கை கூப்பியபடி,

"மூப்பனாரே, நானு செத்துப்போயி ரெண்டு நாளாச்சு. வதைக்காதீங்க. என்னால தாங்க முடியாது" என்றார்.

பட்டுக்கட்டி பதில் சொல்லவில்லை. பட்டுக்கட்டி தளர்ந்த தோற்றத்திலிருந்தார். குடிசைக்கு முன்பிருந்த குத்துக்கல்லில் உட்கார்ந்தார். தெய்வானை இரண்டு பனை ஓலைகளைக் கொண்டு வந்து ஒன்றைப் பட்டுக்கட்டியிடமும், கஸ்பாவிடமும் நீட்டினாள். ஏதோ நினைவில் பனை ஓலையை வாங்கிய பட்டுக்கட்டி, "வேணாம்" என்று சொல்லி திரும்பக் கொடுத்தார். கஸ்பாவும் பனை ஓலையைக் கீழே வைத்தார்.

"என்னாச்சு? ஏன் வேணாங்கிறீங்க?"

"இல்ல, எனக்குக் காய்ச்ச வந்த மாரியிருக்கு. வாயில ருசி தெரியல. மூக்கில வாசனையும் தெரியல."

"எனக்குந்தான்" என்றார் கஸ்பா.

"மூஞ்சிகளப் பாத்தாலே தெரியுதே. கருப்பட்டிச் சாறு காய்ச்சுற வாசன உங்க ரெண்டு பேரு மூக்கில ஏறலைங்குறது. தெரிஞ்சு போய்த்தான பனமட்டைய நீட்டுனேன். தங்கார கருப்பட்டிக் கூழு நல்லா சூடாயிருக்கு. ஆமணக்குப் பொடி,

ஏலக்கா, சுக்கு போட்டுருக்கேன். ரெண்டு வாய் குடிச்சீங் கன்னு வச்சுக்கங்க, காய்ச்சல், தலைவலி, இருமல், தும்மல் எல்லாம் சொல்லாமக் கொள்ளாம ஓடிடும்” என்று சொல்லி பனைமட்டைகளை மீண்டும் எடுத்துக் கொடுத்தாள்.

தங்கார கருப்பட்டிக் கூழை இருவரும் குடிக்கும்வரை அமைதியாகயிருந்த தெய்வானை,

“ஏய்யா! ஊருக்கே நாயம் சொல்றவீங்க. இப்ப ஒங்களுக்கு யாரு நாயம் சொல்லுறது. கஸ்பா என்ன பெரிசா தப்பு பண்ணீட்டாரு?” என்றாள்.

“தெய்வான ஒனக்குத் தெரியாது. ஆம்பளக விசயம், நீ தலையிடாதே.”

“நாயம்ன்னா யார் வேணாலும் தான் கேப்பாங்க.”

“அவர் பண்ணுனது பெரிய தப்பு.”

“என்ன பெரிய தப்பு பண்ணிட்டாரு கஸ்பா?”

”எவனோ பொசகெட்ட பய ஓங்க கையெழுத்துப் போட்டுக் காமிக்கச் சொன்னா, கஸ்பாவுக்குத் தெரியுமா? அவன் அத வச்சு என்ன பண்ணுவான்னு?”

“போட்டுட்டாரு சரி. போட்ட பின்னால எங்கிட்ட சொல்லியிருக்கலாம்ல தெய்வான?”

“அதுதான்யா நானும் சொல்றேன். உங்கிட்ட அன்னிக்கே சொல்லியிருந்தா என்ன பன்னீருப்ப? அப்படியா, சரின்னு சொல்லீருப்ப. உனக்கு எப்படி அந்தக் கையெழுத்த வச்சு அந்த டவுனுக்கார நாயி இந்த வேல பண்ணுவான்னு தெரியாதோ, அதேமாதிரி கஸ்பாவுக்கும் தெரிஞ்சிருக்காது. இப்போ ஒங்கையெழுத்த வச்சு எங்காவது கஸ்பா கடனவுடன வாங்கிருந்துச்சுன்னா தப்பு. இல்ல தப்பான ஆளுகிட்ட கையெழுத்துப் போட்டிருந்துச்சுன்னா தப்பு. வாத்தியாயிருந்த பய கேட்டிருக்கான். அவன் கட்சியில பெரிய ஆளா இருப்பான்னு கஸ்பாவுக்கு எப்படித் தெரியும்? ஏதோ பாமரத்தனமா பண்ணீருச்சு. அதப் போயி பெரிசு பண்ணிக்கிட்டு. ஓங்க ரெண்டு பேரு மொகரக்கட்டையும் பாருங்க. ஓங்க மூஞ்சியும் நல்லாயில்ல. ஊரும் நல்லாயில்ல.”

கஸ்பா தன் கையிலிருந்த துண்டை, பட்டுக்கட்டியிடம் நீட்டினார். அவர் அதைப் பார்த்தும் பார்க்காதது போல இருந்தார். தெய்வானை, கஸ்பாவிடம் துண்டை வாங்கி பட்டுக்கட்டியிடம் நீட்டினாள். அவர் "வேணாம்" என்று தலையசைத்தார்.

"பட்டுக்கட்டி மூப்பனாரே! எனக்கு வேகாளம் வருது. சொல்லிப்புட்டேன். புள்ளையா பெத்து வளத்திருக்கீங்க. சவரக் கடையில உக்காந்துகிட்டு வம்பு இழுக்கிற பயல பெத்து விட்டிருக்கீங்க. பேர மாத்துனதால தான் அயோக்கியனா மாறிட்டானா? புலிக்குட்டின்னு பேரு, அப்படியே மாத்தாம இருந்துருச்சுன்னா ஒன்னிய மாதிரி பேரு வாங்கியிருப்பானா? தறுதலப் பய. அவனுக்காக நீங்க ரெண்டு பேரும் ஏய்யா ஒங்க சிநேகிதத்தக் கெடுத்துக்கிறீங்க? நீங்க ரெண்டு பேரும் பேசிக்கிறலைன்னா சந்தோசப்படுறது அந்த எடுபட்ட பயதான்."

கஸ்பாவிற்கு கஷ்டமாகிவிட்டது.

"தெய்வான புலிக்குட்டிய இதுல இழுக்காத. பெரிய வீட்டுப் பிள்ளைன்னா கொஞ்சம் முன்னப் பின்னதான் இருக்கும். வயசுக்கோளாறு வேற."

"கஸ்பா, பேசமாயிரு. இந்தப் பட்டுக்கட்டியும் அந்த வயச தாண்டித்தான வந்திருப்பாரு. அவரு பெரிய வீட்டுப் பிள்ளைதானே? இவனுக்கு மட்டும் என்னய்யா பெரிய வயசுக் கோளாறு? சோத்தவிட்டு வைக்கலத் திம்பானா? சைக்கிள்ல கட்சிக் கொடியக் கட்டிக்கிட்டு, பிட் நோட்டீஸ்ல மூஞ்சியக் காட்டுறவன, 'தலைவன்'ன்னு சொல்லிக்கிட்டு திரியுற பய. உள்ளூர்ல அப்பனோட மரியாத தெரியாத பயலுக்கு, சாணிக் காகிதத்துல போட்டோ போடுறவன் பெரிசா தெரியுதா? விடு கஸ்பா. என்னயக் கேட்டா நீங்க ரெண்டு பேரும் பழைய மாதிரி ஒண்ணா மண்ணாயிருக்கிறது நல்லது. நாங்க தொழில்காரங்க. ஊருக்குள்ள பெரிய மனுசங்களுக்குள்ள சடவு இருந்துச்சுன்னா தொழிலு மேல எங்களுக்கு ஆர்வம் போயிடும். பாத்துக்கங்க. சொல்லிட்டேன்."

“மூப்பனாரே! வெளியூர்க்காரப்பிள்ள. நமக்கு நல்லது சொல்லுது. நீங்கதான் அடிக்கடி சொல்லுவீங்க. கடவுள் நம்ம கிட்ட நேரடியாய் பேச மாட்டாரு. யார் மூலமாவதுதான் பேசுவார்ன்னு. சின்னப் பிள்ளைன்னாலும் தெய்வான சாமி கணக்கா பேசுது. என்மேல கோவம் தீரலைன்னா ரெண்டு அடின்னாலும் அடிச்சிடுங்க” என்று சொல்லியபடி கஸ்பா கீழே கிடந்த பனங்குச்சியை எடுத்து பட்டுக்கட்டியிடம் நீட்டினார்.

“யோவ் பைத்தியக்கார நாயக்கரே! ஒங்க தாத்தனுக்கு இருந்த கிறுக்கு ஒனக்கு அப்ப அப்ப வந்துருதுய்யா” என்று சொல்லிய பட்டுக்கட்டி பனங்குச்சியை கஸ்பாவிடமிருந்து வாங்கி தாணுமாலயனிடம் கொடுத்தார்.

குடிசைக்குள் சென்ற தெய்வானை இரண்டு ஓலைப் பெட்டியில் கருப்பட்டியைப் போட்டுக் கொண்டு வந்தாள். ஒரு ஓலைப் பெட்டியைப் பட்டுக்கட்டியிடம் நீட்டினாள். அவளைப் பார்த்துச் சிரித்த பட்டுக்கட்டி, “ஏய், கூறுகெட்ட பிள்ள. எங்கிட்ட நீட்டுற” என்றார். கஸ்பா, ஓடிவந்து அதை வாங்கிக் கொண்டார்.

தாணுமாலயன், “மரியாத தெரியாத கழுத. பெரிய மனுசன் கிட்ட மட்டு மரியாத இல்லாம பொருள நீட்டுற” என்று சொல்லிச் சிரித்தார்.

“விடுப்பா. சின்னஞ்சிறிசு விவரம் தெரியாதுல்ல” என்ற கஸ்பா இரண்டு ஓலைக் கூடையையும் வாங்கித் தரையில் வைத்துப் பிரித்தார். இரண்டிலும் தலா ஆறு கருப்பட்டிகள் இருந்தன. ஒன்றில் பத்தும் மற்றொன்றில் இரண்டையும் போட்டுக்கொண்ட கஸ்பா, “பெரிய ஓலக்கூடையை மூப்பனார் வீட்டில கொடுத்துர்றேன். சின்னது எனக்கு” என்று சொல்லிவிட்டு, இரண்டு ஓலைப் பெட்டிகளையும் எடுத்துக்கொண்டார்.

பட்டுக்கட்டி முன்னே நடக்க, கஸ்பா கையில் கருப்பட்டி ஓலைக்கூடையுடன் நடந்தார்.

8

பனந்தோப்பிலிருந்து அரைமணி நேர நடையில் தெய்வானை. டவுனுக்கு வந்தாள். வெறித்த பார்வைகளிலிருந்தும் மதிய வெயிலிருந்தும் தப்பிக்க தலையில் சேலையின் முகப்பைப் போட்டிருந்தாள். அது என்னவோ தெரியவில்லை. பெண்களை முறைத்துப் பார்ப்பதைப் பலர் நோயாகவே வளர்த்து வருகின்றனர். அவனவன் பெண்களை முறைத்துப் பார்ப்பது ஆர்வத்தாலா, பித்தினாலா, பழக்கதோசத்தினாலா என்று ஆராய்ந்தால் பழக்கதோசம்தான் முக்கிய காரணம் என்று தெரியவரும். இப்படித்தான் முறைத்து முறைத்துப் பார்ப்பான்கள் என்று தெய்வானைக்குப் பழகிப் போய்விட்டது.

டவுனுக்கு வந்ததும் ஒரு வயதான ஆளிடம், "சந்த எங்க நடக்குதுப்பூ?" என்று கேட்டாள்.

"எந்த ஊர்ல புள்ள சந்த நடக்கும்? சந்த இருக்கிற இடத்திலதான் இருக்கும்."

தெய்வானைக்குச் சிரிப்பு வந்துவிட்டது. இளவட்டப் பயல்களிடம் கேட்க வேண்டாம் என்று நினைத்து, கிழவனி டம் கேட்டால் அவனும் வம்பு இழுக்கிறானே என நினைத்துக் கொண்டு,

"கரைச்சலக் குடுக்காத பெருசு. அரைமணி நேரமா வேகாத வெயில்ல நடந்து வந்துருக்கேன். பனையேறி வீட்டுப் பொம்பள நானு. கையில ரெண்டு மூணு கிலோ கருப்பட்டியிருக்கு. நானே காய்ச்சுனது. நல்ல தரமாயிருக்கும். விக்கணும். அதுக் காகத்தான் சந்த எங்கயிருக்குன்னு கேட்டேன்."

"ஏம் பிள்ள, இப்படி வெவரமாச் சொல்லியிருக்க வேணாமா? சந்த இருக்கு ஊர்க் கடைசியில. நல்ல விலைக்கு விக்கணும்னா காலங்காத்தால வித்திருக்கனும். இப்ப மதியான

நேரமாச்சு. நல்ல விலைக்கு கேக்க மாட்டானுங்க. பொருள் நல்ல தரமாயிருக்குன்னா, நீ சந்தைக்குப் போய் அலைய வேணாம். சந்தைக்குள்ள போறதுக்குப் பத்து பைசா ரசீது வேற நீ போடணும். அதனால அந்தா ஒக்காந்திருக்கான் பாரு. அவன் சொல்லுற இடத்துக்குப் போ."

தூரத்தில் சிறுவன் ஒருவன் உட்கார்ந்திருந்தான். "நல்ல வெலைக்கு வித்துக் கொடுப்பான். ஏதோ நீ விருப்பப்பட்டத கொடு வாங்கிக்கிடுவான்."

தெய்வானை பெரியவர் காட்டிய திசையில் பார்த்தாள். மரத்தடியில் நின்றிருந்த அவனுக்குப் பத்துப் பன்னிரண்டு வயதிருக்கும். பெரிய தொளதொளா சட்டையும், அவன் அளவிற்குப் பொருத்தமில்லாத பெரிய டவுசரும் போட்டி ருந்தான். கை கால்கள் குச்சியாகயிருந்தன. தலை நிறைய முடியிருந்தது. தெய்வானை அவனைப் பார்த்தது தெரிந்தோ என்னவோ, அவனும் தெய்வானையைப் பார்த்துச் சிரித்தான்.

"யாரு இந்தப் பயலா பெரிசு? இவனா பொருள் வித்துக் கொடுப்பான்?"

"ஆமா, ஆளுதான் ஒரு மாதிரி. கெட்டிக்காரப் பயபுள்ள."

சிறுவன் சிரித்துக் கொண்டே தெய்வானையும் பெரியவரும் பேசிக்கொண்டிருந்த இடத்திற்கு வந்தான்.

"என்ன தாத்தா, என்னையப் பத்தி அக்காகிட்ட என்ன சொன்ன?"

"நல்லாத்தான்டா சொன்னேன். அக்கா பக்கத்து ஊரு. கருப்பட்டி அதுவே தயார் பண்ணுது. சந்தையில் விக்கணும்னு சொல்லுச்சு. இரண்டு மூணு கிலோதான். அதுதான் சந்த வேணாம். ஒம் மூலமா விக்கலாம்னு சொன்னேன்."

சிறுவன் சிரித்துக்கொண்டே கையை நீட்டினான். அவனைப் பார்த்தால் சுவாதீனமாகயிருப்பது போலத் தெரிய வில்லை. கருப்பட்டிக் கொட்டானைப் பறித்துக்கொண்டு ஓடி விடுவானோ என்று நினைத்த தெய்வானை,

"சரி பெரிசு, நா கிளம்புறேன்" என்றாள்.

“பொருள் விக்கல?”

“இல்ல. நாளைக்குக் காலைலயே நேரத்தோட சந்தைக்கு வந்துர்றேன்.”

“என்னம்மா. கொண்டு வந்த பொருள் விக்காமப் போவக்கூடாது. அது மொறயில்ல.”

“பரவாயில்ல.”

சிறுவன் மறுபடியும் கை நீட்டினான்.

“அக்கா, கொஞ்சம் கருப்பட்டி கொடு” என்றான்.

ஓலைப்பெட்டியைத் திறந்து ஒரு கருப்பட்டிமீது இன்னொரு கருப்பட்டியை மோதினாள். மோதலில் உடைந்த துண்டை சிறுவனிடம் நீட்டினாள். அவன் அதை மூன்றாகப் பிரித்தான். ஒரு பாகத்தைப் பெரியவரிடம் கொடுத்தான். ஒன்றை வாயில் போட்டுக்கொண்டான். ஒன்றை தெய்வானையிடம் நீட்டினான்.

“எனக்கு வேணாம்.”

“அக்கா, ஓம் பொருள நீயே வேணாம்னு சொல்லக்கூடாது. சரக்குச் சரியில்லையோன்னு நெனைப்பாங்க” என்றான். வேறுவழியின்றி அவனிடமிருந்து வாங்கி வாயில் போட்டுக் கொண்டாள்.

“இத எவ்வளவுக்கு விக்கணும்?”

“டேய் கோட்டி! கூட்டிக்கிட்டுப் போய் யாராவது பெரிய மனுசன் வீட்ல வித்துக்கொடுடான்னா? கேள்விமேல கேள்வி கேட்டுக்கிட்டிருக்க?”

“யோவ் பெரிசு. வெல தெரியாம எப்படிப் பொருள விக்கிறது?”

“என்னடா கோட்டி, பெரிய டிவிஎஸ் மொதலாளி மாதிரி பேசுற?”

“அப்புறம்? விலைய வச்சுத்தான வாங்குற வீட்ட முடிவு செய்யணும். மொத்த விலையே ஒரு ரூபாக்குள்ளேன்னா அதுக்குச் சில வீடுக யிருக்கு. கூடுதல் விலைக்குன்னா

அதுக்குச் சில வீடுக யிருக்கு. கொடுக்குற காச கொடுன்னு கேட்டோம்னா அடிமாட்டு வெலக்கு வாங்குற வீடுகளும் இருக்கு.”

தெய்வானை, “யப்பா! எனக்குச் சரியா வெல தெரியாது. இந்த வருசம் இதுதான் மொதக் கருப்பட்டி. பெரிய அளவுல வியாபாரம் பண்ணுற ஆளு இல்ல நானு. ஐம்பது அறுபது மரம் இருக்க ஊர்ல தங்கியிருக்கோம் வீட்ல கருப்பட்டி காய்ச்சினோம். எனக்கு மொத யாவாரம். அதனால வில தெரியாது. நீயே ஏதாவது வித்துக்கொடு” என்று சொன்னாள்.

“ஒரு நல்ல ஆத்தாயிருக்கு. எனக்கு அப்ப அப்பச் சோறு போடும். அதுகிட்ட காமிக்கிறேன். அதுக்குப் பொருள் வேணாம்னாக் கூட எனக்காக வாங்கிக்கிடும். பெரிசு, ஒனக்கு அந்த ஆத்தாவக் காமிச்சிருக்கேன்ல. சரி, நீ வாக்கா என் கூட நாம ரெண்டு பேரும் போலாம்.”

பெரியவர் தடுத்தார். “கோட்டி வேணான்டா. அக்கா இங்கேயே இருக்கட்டும். நீ ஓடிப்போய் காசாக்கிட்டு வா” என்றவர் “ஓலக் கொட்டானக் கொடும்மா. நம்பிக்கையான பய. நீ இவனோட சேர்ந்து போனா நிதானமா நடந்துதான் போகனும். இவன் ஒரே ஓட்டமா ஓடிப் போய்ட்டு வந்துருவான். இன்னொன்னு பொருள நீ தூக்கிட்டுப் போய் வித்தேன்னா, பொருளப் பாக்குறதுங்க பூராம் ஒன்னியும் உத்து உத்துப் பார்ப்பானுங்க. அதுவும் அந்த வீட்டுல கட்சிக் கொடி கட்டின பச்சக் கலர் ராலே சைக்கிள் நிக்கும். மோசமான காவாளிப் பய.”

தெய்வானை ஓலைக்கொட்டானைச் சிறுவனிடம் கொடுத்தாள்.

“வெல சொல்லலையே” என்றான் சிறுவன்.

“இரண்டு ரூவான்னு சொல்லு. ஒன்னேகால் கொடுத்தாக்கூட வாங்கிக்க” என்றார் பெரியவர்.

“சரி” என்றவன் ஓலைக்கொட்டானுடன் ஓடினான்.

“பெரிசு, நம்பலாமா இவன? ஆளு ஒரு மாரியாயிருக்கானே?”

"ஆமா, ஆமா. கொஞ்சம் கிறுக்குப் பயதான். ஆனா வேலையில கெட்டிக்காரன்."

"அவம்பேரு?"

"அதுதான் சொன்னேனே! கோட்டி."

"கோட்டின்னா பித்துப் புடிச்ச பயல்ன்ல அர்த்தம்."

"ஆமா! கோட்டிதான். நீ அந்தா அந்த மரத்துக்கிட்டப் போய் அப்படியே கொஞ்ச நேரம் மரத்த அண்டக் கொடுத்து ஒக்காரு. கண்ணுமூடி தொரக்குறதுக்குள்ள வந்திடுவான்."

"சரி பெரிசு. நீயும் வா. ரெண்டுபேரும் ஒக்காருவோம்."

"அது நல்லாயிருக்காது. வெயில் எனக்குப் பழகிப்போச்சு. நீ போய் நிழல்லயிரு. நானு எங்கேயும் போயிர மாட்டேன். ஒம் பொருளுக்கு நானு ஜவாப்தாரி. காசு வாங்கிக் கொடுத் திட்டுத்தான் போவேன்."

தெய்வானை மரத்தடிக்குச் சென்றாள். தரை சுத்தமாக யிருந்தது.

"பெரிசு. இங்க வா. மரநிழலு நல்லாயிருக்கு."

"தெரியும்த்தா. ஒனக்குச் சரிசமானமா ஒக்காந்து நா பேசக் கூடாது. பாக்குறவங்களுக்கு ஒரு மாதிரியா தெரியும்."

"பரவாயில்ல. எங்க அய்யாவவிட ஒனக்குப் பத்து வயசாவது கூடயிருக்கும். என் தாத்தன் மாதிரியிருக்க, வா."

"சொல்லுறதக் கேளு. நீ ஒம் பாட்டுக்கு ஒக்காந்திடு. நா என் வேலயப் பாக்குறேன்."

"பெரிசு! இந்தப் பொடிப்பய ஒனக்குச் சொந்தக்காரனா?"

"அவன் ஒரு அநாதி. நா ஒரு அநாதி. ரெண்டுபேரும் இந்த மரத்தடியிலதான் யிருக்கோம்."

"ஒனக்குச் சாப்பாட்டுக்கு?"

"யாராவது ஒரு மகராசி ஒன்னிய மாதிரி வருவா. சோத்துக்கும் பஞ்சமில்ல. ஒரு நா ராத்திரிகூட வெறும் வகுத்துல படுத்ததில்ல. கடவுள் பாத்துக்கிடுவாரு."

ஈயக்கலரில் டிவிஎஸ் பஸ் ஒன்று வந்து நின்றது. பஸ்ஸிலிருந்து இருவர் இறங்கினர். பெரியவரிடம் ஏதோ விசாரித்துவிட்டு சென்றனர்.

"மணி கரீக்டா பன்னிரண்டே கால்" என்றார் பெரியவர்.

"எப்படித் தெரியும்?" என்றாள் தெய்வானை.

"டிவிஎஸ் பஸ் வந்துருச்சுல்ல. அதுதான் கடிகாரம் மாதிரி. ஒரு நிமிசம் முன்னப் போனாலும், ஒரு நிமிசம் லேட்டாப் போனாலும் டிவிஎஸ் மொதலாளிக்கு டிரைவர், பதில் சொல்லணும். சுந்தரம் அய்யங்காரும் அவரு பிள்ளைங்களும் பாத்துக்கிட்டேயிருப்பாங்க."

டவுனுக்குள் டிவிஎஸ், ஜெயவிலாஸ் என்ற இரண்டு பஸ் கம்பெனிகள்தான் பஸ்களை இயக்கின. டிவிஎஸ் நேரத்தைக் கடைப்பிடிப்பதில் மிகுந்த கவனமாகயிருக்கும். டிரைவர்கள் ஓவர் ஸ்பீடு, தேவையில்லாமல் ஹார்ன் அடிப்பது, ஓவர்லோடு என்று எதுவுமே செய்ய மாட்டார்கள். கண்டக்டர்கள் பாசஞ்ஜர்களிடம் ஒரு வார்த்தை ரெண்டு வார்த்தைக்கு மேல் பேச மாட்டார்கள்.

9

நேரம் போய்க் கொண்டிருந்தது. தெய்வானைக்குப் பனந் தோப்பு நினைவு வந்துவிட்டது. இந்நேரம் கலயங்களைக் கழுவித் தர வேண்டும். அதை ஒவ்வொன்றாக எடுத்துக்கொண்டு அவள் அப்பா மரமேற வேண்டும். பழைய கலயத்தை எடுத்துக் கொண்டு புதுக்கலயத்தை மாற்ற வேண்டும். கலயத்திற்குள் பாளையை வாகாக வைத்துப் பாளையை லேசாக கீறிவிட வேண்டும். தெய்வானை பனைமரங்களுக்குக் கீழேயிருந்து அப்பாவுக்கு யோசனை சொல்லுவாள். அதனால வேலை சாயந்திரத்திற்குள் முடிந்துவிடும். கருப்பட்டியை விற்றுவிட்டு உடனே பனங்காட்டிற்கு வந்துவிடலாம் என்று டவுனுக்கு வந்தவளுக்கு, யோசிக்காமல் வந்தது தப்பாகிவிட்டதே என நினைத்தாள்.

“பெரிசு! நா கொஞ்சம் வெரசா ஊருக்குப் போகணும். எங்க அய்யனுக்கு ஒத்தாச செய்யனும். நா, அங்க போக லைன்னா அது பாட்டுக்குப் பன மரத்த அண்டக் குடுத்து ஒக்காந்துக்கிட்டிருக்கும். இந்தக் கோட்டிப் பய ஆளக் காணோமே?”

“வந்துர்வான்மா, பயப்படாதே, ஓம் பொருளுக்கு மோசம் வராது” என்று சொல்லிவிட்டு கண்களை இறுக்கிக்கொண்டு கோட்டி சென்ற திசையைப் பார்த்தார்.

“அந்தா வர்றான் பாரு, அவனுக்குச் சாவில்ல, கோட்டிப்பய” என்று சொல்லிச் சிரித்தார். கோட்டி சிரித்தபடி ஓடிவந்து கொண்டிருந்தான்.

“இந்தா தாத்தா, வித்தாச்சு” என்று பணத்தை நீட்டினான்.

“டேய் கிறுக்கா. பொருளு அக்காதுடா, அதுகிட்டக் குடு.”

“எவ்வளவு?”

“நீயே எண்ணிப் பாத்துக் குடு” என்று சொல்லி நாணயங் களைப் பெரியவர் கையில் கொடுத்தான். எண்ணிப் பார்த்தார்.

“டேய் மூணு ரூவா இருக்குடா.”

“அதெல்லாம் தெரியாது. இனிமே தினம் இதே அளவு கொடுத்தாலும் வாங்கிக்கிறேன்னு சொல்லிட்டாங்க. நல்ல சரக்குன்னு சொன்னாங்க.”

“யாருடா? யாருக்கு கொடுத்த?”

“பெரிசு. அது எதுக்கு ஒனக்கு?”

“அடக் கிறுக்கா. பெரிய தொழில்காரன் இவரு. விக்கிற இடத்தச் சொல்ல மாட்டாரு. எனக்குத் தெரியும்டா. அந்த ஆத்தாதானே?”

கோட்டி சிரித்தபடி நழுவிய டவுசரைப் பிடித்து இடுப்பில் இறுக்கிக் கட்டிக் கொண்டான். பணத்தை எண்ணிப் பார்த்த தெய்வானை, “பெரிசு எனக்கு இரண்டு ரூபா போதும். மீதி ஒரு ரூவாய நீங்களும் கோட்டியும் வச்சுக்கங்க.”

“இல்லத்தா, எங்க ரெண்டு பேருக்கும் கால் ரூவா போதும். ராத்திரி சாப்பாட்டுக்கு. நீயே ரெண்டே முக்கா ரூவா வச்சிக்க. மகராசி அடுத்த தடவ வரும்போது தேவப்பட்டா வாங்கிக்கிறோம். என்னடா கோட்டி, சரிதானே சொல்லுறது?”

“சரிதான் பெருசு” என்றான் கோட்டி.

அடுத்த இரண்டு நாட்கள் கோடை மழை. பனந்தோப்பை விட்டு வெளியே வரமுடியவில்லை. கோடை மழை என்பதால் இடி மின்னல் அதிகமாகயிருந்தது. மழை வந்தாலே பனை மரத்தில் ஏற முடியாது. கலயத்தை மாற்ற முடியாது. பதநீ, கள்ளு எதுவும் இறக்க முடியாது. குடிசைக்குள் தெய்வானையும் தாணுமாலயனும் உட்கார்ந்திருந்தார்கள். தெய்வானை பனை குடிசைக்குள் ஓலைப்பெட்டி முடைந்துகொண்டிருந்தாள். தாணுமாலயன் பழைய தலைநார்களைப் பிரித்து புதிய பனை நாரை வைத்துப் பின்னிக் கொண்டிருந்தார். தலைநாரை காலில் போட்டுப் பார்த்தார். தலைநார் காலை அழுத்தவில்லை.

“ஆத்தா, மழவிட்டதும் ஊருப்பக்கம் போய்ட்டு வரவா? ரெண்டு மூனு நா தனியாயிருந்துக்கிடுவய்யா? இல்ல ஊருக்குள்ள பட்டுக்கட்டி வீட்டுத் தாவாரத்தில தங்கிக்கிறயா?”

“என்னா சோலிக்கு நீ ஊருக்குப் போறேன்ற?”

“நல்ல விசயம்தான். ஒனக்கு மாப்பிள்ளை பாக்கறதுக்கு.”

“அதுக்கு எதுக்கு ஊருக்குப் போகணுங்கிற. என்னைய புதுசாவா பாக்கப் போறானுங்க. பட்டுக்கட்டிகிட்ட சொல்லு. ஒரு கடுதாசி ஊருக்கு எழுதிப் போடுவாரு.”

“அது மரியாதையா இருக்காது. பெரிய மனுசங்ககிட்ட இந்த மாதிரி வேலையக் கொடுக்கக் கூடாது.”

“பட்டுக்கட்டிகிட்ட கொடுக்குற அளவு மரியாத கொற வான விசயம்னா, கஸ்பாகிட்ட சொல்லு. அவரு நம்மள மாதிரி ஆளுதான். நம்ம நெலம தெரிஞ்சவரு.”

“ஒனக்குத் தெரியுமா தெய்வான, கஸ்பா, பழையபடி பட்டுக்கட்டிக்கிட்ட சேந்து ஒண்ணுமண்ணுமா ஆயிட்டாரு. நம்ம இடத்துக்கு வந்தன்னைக்குச் சரியாப் போச்சு. நல்லா புத்தியில படுற மாதிரி நீ சொன்ன. நீ சொன்னதால பட்டுக் கட்டி கேட்டுக்கிட்டாரு.”

“அப்படியெல்லாம் இல்ல அய்யா. அவங்க ரெண்டு பேரை யும் சேத்து வச்சுப் பேச ஊர்க்காரங்களுக்கும் விருப்பம் தான். ஆனா பயம். ஒண்ணாக்கறேன்னு கிளம்பி தோத்துப் போச்சுன்னா? ஆனா நமக்கு என்ன பயம்? வருசத்துக்கு ஒரு ஊர். அதுனால துணிஞ்சு பேசுனோம். இன்னொன்னு பட்டுக் கட்டி மகன் ஒரு எடுபட்ட பய. நா டவுனுக்கு கருப்பட்டி விக்கப் போனேன்ல அப்பக் கேள்விப்பட்டேன். யாரோ ஒரு அப்பிராணி மகராசி வீட்டு முன்னால கட்சிக் கொடி கட்டின பச்ச ராலே சைக்கிள் அப்ப அப்ப நிக்கிதாம்.”

“அது எப்படிப் புலிக்குட்டின்னு தெரியும்? அவன் ஒருத்தன் தான் பச்ச ராலே சைக்கிள் வச்சிருக்கானா?”

“எனக்குத் தெரியாது. அவனாத்தான் இருக்கும். தலபெரட்டு புடிச்சவன். அவன் மூஞ்சியும் மொகரக் கட்டயும். முளைச்சு மூணு இல விடல. அதுக்குள்ள கட்சி, கொடி, அலட்டல் பேச்சுன்னு தறுதலயா அலையுது. அப்பன் மதிப்பு மரியாத தெரியாத பய.”

“சத்தமா பேசாத தெய்வானை.”

“இடி இடிக்கிற சத்தத்துல யாருக்கு என்ன கேக்கப் போகுது. கேட்டாலும் கேக்கட்டும், இருக்கிறதத்தானே சொல்றேன்.”

"இல்லம்மா, பொழைக்க வந்த இடத்துல எதுக்கு நமக்குப் பொல்லாப்பு?"

"சரி விடு. நீ ஒரு தொட நடுங்கி. ஒன்கிட்ட வந்து அன்னிக்குப் பேசினாம் பாரு. கள்ளு எறக்கு, யாவாரம் பண்ணுறேன்னு. தரித்திரம் புடிச்சவன். யாவரம் பேச ஆரம்பிச்சான். பொழப்பு போச்சு. இன்னும் எத்தன நாளு மழை பெய்யுமோ? தொழில ஏறக்கட்டிட்டான் படுபாவி."

"டவுனுல்ல எங்காவது தட்டுப்பட்டானா?"

"அவன் பாதி நேரம் சவரக்கடையில ஒக்காந்து ஊர்வம்பு இழுப்பானாம். ஜெயிலு, போலீசு ஸ்டேஷன்னு திரிவானாம். பொம்பள சோக்குக்கு எவளாது அப்பிராணி கெடைக்கும் போல. அவன் ஆத்தாகாரி வெள்ளையம்மா நல்லவ மாதிரி தான் தெரியுது. அப்பன் நல்ல ஆளு, கருப்பட்டி கசடு மாதிரி வந்து சேர்ந்திருக்கான்..."

பட்டுக்கட்டியின் மகன்மீது ஏன் இவ்வளவு கோபம் என்று தெய்வானைக்கே தெரியவில்லை. அவனை நினைத்தாலே எரிச்சலாக வந்தது.

"சரி விடுய்யா. நல்ல பேச்சுப் பேசுவோம். நா டவுனுக்குப் போனப்ப ஒரு வயசான ஆளையும், ஒரு சின்னப் பயலையும் பாத்தேன். அவங்கதான் நம்ம சரக்க நல்ல வெலைக்கு வித்துக் கொடுத்தாங்க. தெனமும் ரெண்டு, மூணு கிலோ கொடுத்தா வித்துத் தர்றேன்றாங்க. கண்ண மூடி கண்ணத் தொறக்கிறதுக் குள்ள வித்துக்கிட்டு வந்துர்றான் அந்தக் கோட்டிப்பய."

"சரி மழவிடட்டும். கருப்பட்டியோட சேத்துப் பனங்கல் கண்டும் செய்வோமா?"

"அதுக்கு நாப்பது நாளு காத்திருக்கணுமே? ஊருக்குள்ள கொரண்ட செடி* ஆமணக்கு கொட்ட கெடக்கு. அதனால கருப்பட்டி செஞ்சிட்டோம். பனங்கல்கண்டுக்கு சிவனைஞ் சான் செடி வேணுமே? எங்காவது பாத்தே?"

"இருக்கு. பாத்து வச்சிருக்கேன்."

"சரி மழ விடட்டும். பனங்கல்கண்டும் செஞ்சு பாப்போம்."

---

* பிரண்டை

10

அடுத்த இருபது கிலோ மீட்டருக்கு வேறு பெட்ரோல் பம்ப் கிடையாது. வெங்கடாஜலம் செட்டியார் பெட்ரோல் பம்ப்பில் பெட்ரோல் போட வேண்டும் என்று இருபது, முப்பது கி.மீ வாகனங்களைக் கொண்டு வருபவர்களும் உண்டு. செட்டியாரின் அப்பா ராமசாமி செட்டிக்கு வட்டிக்கடை தொழில். 'ராமசாமி பேங்க்' என்று கடையின் முன்பு எழுதியிருப்பார். பேங்க் என்ற பெயரை வட்டிக்கடைக்கு வைக்கக் கூடாது என்று திடீரென ஒரு உத்தரவு வந்தது. பத்திரிகையில் செய்தி வந்த ஒரு வாரத்தில் ராமசாமி செட்டியாருக்கு, 'பேங்க்' என்ற வார்த்தையை அழிக்க வேண்டும் என்று நோட்டீஸ் வந்தது. ராமசாமி செட்டியார் ஒடிந்து போய்விட்டார்.

"பேங்க்ன்னு பேர் வச்சா இவனுங்களுக்கு என்னடா? நான் என்ன கவர்ன்மென்ட் பேங்க், சேட் பேங்குன்னா பேர வச்சிருக்கிறேன்? பேங்க்ன்னு பேர் வைக்காம அண்டா குண்டா அடகு வாங்குற கடையின்னு எழுதிப் போடச் சொல்லுறானுங்களா? படுபாவிப் பயலுவ" என்று கணக்குப் பிள்ளையிடம் புலம்பினார்.

"இதுல என்னாயிருக்கு முதலாளி! நாம அண்டா குண்டா வும் அடகு புடிக்கிறோம்ல?"

"டேய் கேணப் பயலே. நாம அண்டா குண்டா மட்டுமாடா அடகு புடிக்கிறோம்? தங்கம், வெள்ளின்னு வருதுல்ல? வீட்டுக்குள்ள பேல, மோள ரூம் இருக்கு. அதுக்காக வீட, வீடுன்னு சொல்லுவியா? பேல்ற இடம் மோள்ற இடம்னு சொல்லுவையா?" என்று விரசினார். கணக்குப் பிள்ளைக்குச் செட்டியாரின் கோபம் பற்றி தெரியும். நல்லவேளை கையில் கிடைப்பதை எடுத்து எறியவில்லை.

"ஆமா முதலாளி, என்ன செய்யலாம் சொல்லுங்க. நோட்டீஸ் வந்திடுச்சு. தாசில்தார் டபேதார் கூட போனவாரம் வெங்கலப் பானைய அடகு வச்சு எட்டு ரூவா வாங்கிட்டுப் போனாரு. எதுக்கும் அவரு தயவு வேணும்னு அர வட்டி குறைச்சிட்டேன். உங்களுக்கும் அந்த விசயம் தெரியும். நானு வேணா ஒரு நட போயி அவரப் பாத்து என்ன செய்யலாம்னு விசாரிச்சுட்டு வரவா?"

"அதெல்லாம் வேணா. இது கவர்ன்மென்ட் மேட்டரு, டபேதார் என்ன, தாசில்தாரே ஒன்னும் பண்ண முடியாது" என்று சொன்ன செட்டியார், "சரிடா, கைலயே நம்ம பொருள் இருக்கணும். வர்றவன் கடன் சொல்லாம காசு கொடுத்து வாங்குற மாதிரியும் இருக்கணும். அப்படிப்பட்ட தொழில் என்னடாயிருக்கு? ரோசிச்சு சொல்லுடா" என்றார்.

"ரோசிக்க என்னயிருக்கு செட்டியாரே. பெட்ரோல் பங்க் தான். பொருள் நம்மகிட்ட தான் இருக்கும். சுத்துப்பட்டு 20 மைல்ல எங்கயும் இல்ல. நமக்கும் ரோட்டு மேல எடம் இருக்கு. கொஞ்சம் மேடுபள்ளத்த சமப்படுத்தினாப் போதும்."

"அதுக்கு யாருடா லைசன்ஸ் கொடுக்கிறது?"

"அய்ஓசின்னு ஏதோ பேரு. நம்ம புலி அய்யரு பேரன்தான் அதுல பெரிய ஆபிசராயிருக்காரு."

"எந்தப் புலி அய்யருடா? காதி வேட்டி கட்டிக்கிட்டு காந்தித் தாத்தா மாதிரியிருப்பாரே?"

"ஆமா. அவரேதான். காதி பண்டாரத்துல இருப்பாரு. உங்களத் தெரியும் அவருக்கு."

"அவரு சுதந்திரப் போராட்ட தியாகின்னு சொல்லுவாங்க."

"ஆமா, தியாகி பின்ஜின் கூட வேணாம்னுட்டாரு."

"ஓ! கிறுக்குப் புடிச்ச அய்யரா?"

"ஆமா. அவரு உங்களப் பத்தி நல்லாத்தான் சொல்லுவாரு."

தன்னை மதிக்கும் புலி அய்யருக்கு, தானும் மதிப்புத்தர வேண்டும் என்ற சிந்தனை செட்டியாருக்கு வந்தது.

"சரிடா. நீ போய் சாமிய பாத்து விசயத்தச் சொல்லு. அவரு பேரனுக்கு ஏதாவது கடிதாசி வாங்கிட்டு வா. அய்யரப் பாக்கப் போகையில ஒரு வாழத்தாரு அறுத்து எடுத்துக்க. கொல்லையில ஏழு எட்டு கொலத்தள்ளி இன்னிக்கோ நாளைக்கோன்னு மரத்தோட சாயுற மாதிரியிருக்குப் பாரு."

11

புலி அய்யர், வாழைத் தாரிலிருந்து இரண்டு காய்களை மட்டும் வாங்கிக் கொண்டார்.

“அம்பி, செட்டியாருக்கு நானு ரொம்ப வந்தனம் சொன் னேன்னு சொல்லு.”

“சாமி முழுத்தாரையும் எடுத்துகிறலாமே?”

“வேணாம்டா அம்பி. வீட்ல நானு மத்திரம் ஒரு ஆளு தானடா.”

“வீட்ல சம்சாரம்.”

“அவதான் பேரனப் பாக்க அடிக்கடி மதுரைக்குப் போயிறாளே? டிவிஎஸ் பஸ்ல சீசன் டிக்கட்டே வாங்கிக்கிட்டா.”

“மூணு மாச சீசன் டிக்கட்டா?”

“இல்ல, வருச சீசன் டிக்கட்.”

“நம்ம ஊருக்கு ஒங்க காலத்துலயே பெட்ரோல் பங்க் வந்துரனும் சாமி. அதுவும் நம்ம பேரப்பிள்ள பெரிய ஆபிசராயிருக்கையில நாம யாரப் போய் கேக்கிறதுன்னு செட்டியார் தெம்பாயிட்டாரு. சாமி உத்தரவு கொடுத்தீங் கன்னா, உங்கள வச்சே திறப்பு விழாவும் முடிச்சிரலாம்னு சொல்லியிருக்காரு.”

“அதெல்லாம் வேணாம்டா. நம்ம ஊர்ல பங்க் வைக்க யாராவது ஒருத்தர கேக்கலாம்னு பேரன் சொன்னான். ஒரு பெட்ரோல் பங்குறது ஊருக்கு கவுருதிதானே? இன்னிக்கி லெட்டர் கொடுத்தா, நாளைக்கு இன்ஸ்பெக்சனுக்கு வந்துருவாங்கன்னு சொன்னான். ஒரு வாரத்துல லைசன்ஸ் கெடச்சுருமாம்.”

"அப்ப தொரப்பு விழாவுக்குச் சாமி..."

"அதெல்லாம் வேணாம்பா. தாசில்தார். பிடிஓன்னு யாரையாவது ஒருத்தர வச்ச திறப்பு விழா நடத்துங்க. நானு சும்மா வர்றேன். பேரு கீரெல்லாம் பிட் நோட்டீசில போட வேண்டாம்" என்று சொன்னவர், "முடிஞ்சா ஜெய்ஹிந்த் பெட்ரோல் பங்குன்னு பேர் வைக்கச் சொல்லு செட்டியார் கிட்ட."

★

சிறு அலைச்சல் கூட இல்லாமல் கிடைத்த பெட்ரோல் பங்க் கை திறப்பதற்கு முதல் நாள் செட்டியார் ஏக தடபுடல் பண்ணிவிட்டார். எங்கோ மூலையில் கிடந்த, "ராமசாமி பேங்க்" என்ற தகரப் பலகையை எடுத்து வந்தார்.

கணக்குப்பிள்ளை, "ஜெய்கிந்தோ, ஜெய்கிருஷ்ணனோன்னு பேங்க்குக்குப் பேர் வைக்கணுன்னு புலி ஐயர் சொன்னாரே" என்றார்.

"டேய் கேனப்பயலே, லைசன்ஸுக்குச் சகாயம் பண்ணுன தோட அவரு வேல முடிஞ்சுது. எங்க அப்பா பேரே நான் போடல. என் மகன் பேர்ல தான் பங்க் இருக்கணும்."

"வெங்கடாசலம் செட்டியார் பங்க்" என்று பெயின்டர் எழுதினான். திறப்பு விழாவிற்கு வந்த புலி அய்யர், தாசில்தார் பிடிஓ என எவரும் வரவில்லை என்று தெரிந்து கொண்டார். கணக்குப்பிள்ளையிடம், "ஏன்டா அம்பி, ஜெய்ஹிந்துன்னு, பேர் வச்சா நல்லாயிருந்திருக்குமே, இது யாரு பேருடா வெங்கடாசலம்கிறது?"

"செட்டியார் மகன் பேரு."

"செட்டியாரோட பையனுக்கு ஊருக்குள்ள நல்ல பேரு கூட இல்லையேடா?"

"சாமி நானும் சொன்னேன். நீங்க சொன்ன மாதிரி ஜெய கிருஷ்ணா பேங்க்ன்னு பேரு வக்கனும்ன்னு."

"ஜெய கிருஷ்ணாவா?" என்று யோசித்த புலி அய்யர்,

“டேய்! ஞானசூன்யம், ஜெயகிருஷ்ணா பங்க்யில்லடா. ஜெய்ஹிந்த் பங்க்.”

“ஆமா சாமி, ரெண்டும் ஒண்ணுதான். செட்டியாரு சொல்லிட்டாரு. மகனுக்கு அவர் பேர்ல ஒரு தொழில் தொடங்கி அதுல அவர ஒக்கார வைக்கணும்னு. கலியாணம் வேற ஆகப்போகுது. பொண்ணு முடிவாயிருச்சு. அதுதான் தோதாயிருக்கும்னு மகன் பேருலயே ஆரம்பிச்சிட்டாரு.”

“சரிடா. நல்லாயிருக்கட்டும்.”

“அடிக்கடி வாங்க சாமி”

“எனக்கு அடிக்கடி என்னடா வேல. இன்னிக்கு வரணும்னு கூப்பிட்ட, வந்தேன்.”

“உங்க பேரன் ஊருக்கு வரும்போது செட்டியாரோடு வந்து பாக்குறோம், சாமி.”

“பரவாயில்லைப்பா. நல்லா தொழில் நடத்துங்க. தாசில்தார், டி.எஸ்.ஓவக் காணமேடா, கூட்பிடலயா? அவங்களப் பாத்துக்கங்க அடிக்கடி.”

“அதெல்லாம் செட்டியார் பாத்துக்கிடுவார் சாமி.”

“ஏன்டா ஒங்க செட்டியார் கண்ணுலேயே தட்டுப்படல.”

“எல்லாம் தயாராயிருந்தாரு. சின்ன மொதலாளி வெங்கடா ஜலத்துக்கு ஒடம்பு திடீருன்னு சொஸ்தமில்லாமப் போயிடுச்சு. அதனால மொதலாளி அவரக் கூட்டிக்கிட்டு மதுர மிசின் ஆஸ்பத்திரிக்குப் போயிருக்காரு.”

“அப்ப மொத விற்பனையத் தொடங்குறது?”

“அதுக்குத்தான் காத்துக்கிட்டிருக்கிறோம்.”

“பெட்ரோல் புடிக்கிறதுக்கு வண்டி வேணுல்லடா? அத தோது பண்ணிட்டீங்களா?”

“நம்ம ஊர்ல இருக்கிற இரண்டு பிளசர் காரும் முடிஞ் சா வர்றேன்னு சொல்லியிருக்காங்க. அதுல பாருங்க ரெண்டு பேருமே டாக்டருங்க. அவங்களா ஓட்டுறாங்க. அதனால கண்டிசனா சொல்ல முடியல. ரெகுலரா மதுரயில பெட்ரோல்

போடுறவங்க, ரெண்டு நாளைக்கு முந்திதான் டாங்க பில் பண்ணினாங்களாம்."

"ஏன்டா எங்கிட்ட சொல்லியிருக்கலாம்ல. ஏழுமலை ஜமீன்தார் வண்டிய வரச்சொல்லியிருப்பேன்ல."

"எப்படியும் ஒரு வண்டி இப்பக் கட்டாயம் வந்திடும் சாமி. அதுலதான் மொத விற்பன தொவங்குற ஆளும் வருது."

"ஓ! அப்பச் சரி, பேஷாப் போச்சு."

கணக்குப்பிள்ளை அங்கிருந்து நகர்ந்தார். ரோட்டைப் பார்த்தார். தூரத்தில் ஒரு மாட்டுவண்டி, அதற்குப் பின்னால் ஒரு சைக்கிள் வந்துகொண்டிருந்தது. புலி அய்யர் கணக்குப் பிள்ளையிடம் வந்தார்.

"ஏன்டா அப்பா, யாரு தொரந்து வெக்கப் போறாங்கன்னு சொன்ன?"

"வெங்கடாசலத்தக் கட்டிக்கப் போறபுள்ள."

"என்னடா சொல்லுற? கலியாணத்துக்கு முன்னேயே வீட்டுக்காரனோடு ஆத்துக்கு வருதா? எப்படிடா?"

"இத பங்க்தான சாமி. வீடு இல்லயே?"

"இருந்தாலும் கட்டிக்கப் போற பொண்ணு வரும்போது யாராவது சம்பிரதாயமா வரவேற்க வேணாமா? வாழப்போற வீடு இல்லையா? செட்டியார் தான் ஆசுபத்திரிக்குப் போயிட்டாரு. அவரு வீட்டு ஆளுக வந்திருக்கலாமே?"

"வந்திருக்கலாம்தான் சாமி. செட்டியார் வீட்ல கொஞ்சம் சடவாயிப் போச்சு. செட்டியாரே கொஞ்ச நாளா அன்னந் தண்ணி வீட்ல பொழங்குறதில்ல."

"என்னடா சொல்லுற? போஜனத்துக்கு வழி?"

"எங்க வீட்ல இருந்துதான் சாப்பாடு போகுது."

"ஓ."

தூரத்தில் கருப்புக் கலர் அம்பாசிடர் கார் வருவது தெரிந்தது. நெருங்க நெருங்க அதன் மேல்பகுதி மஞ்சள் கலரும், உச்சியில் 'Taxi' என்று எழுதிய நியான்லைட் போர்டும் தெரிந்தது.

“இதாடா! பாரு” என்றார் புலி அய்யர்.

“ஆமா சாமி. டாக்ஸி தான் எடுத்துக்கிட்டு வரச் சொன்னோம். ட்ரிப் ஷீட்ல எழுதுற வாடகை ரூபாயோட சேத்து டிரைவருக்குப் படி ஒரு ரூவான்னு பேசியிருக்கு.”

கார் நெருங்கியது. காரின் முன் சீட்டில் ஒரு வயதான ஆள் இருந்தார். காரின் நான்கு கண்ணாடி கதவுகளுக்குள்ளும் பிரில் வைத்து தைத்த ரோஸ் கலர் திரைச்சீலை தொங்கியது.

கார் நின்றவுடன் முதல் ஆளாக முன் சீட்டிலிருந்த பெரியவர் இறங்கினார். பின் கதவுகள் திறக்கவில்லை. கணக்கப் பிள்ளை வணக்கம் தெரிவித்து, “வாங்க செட்டியாரே” என்றார். அவரைத் தனியாக அழைத்துச் சென்று ஏதோ காதில் முணுமுணுத்தார்.

பெரியவர் புலி அய்யரிடம் வந்தார்.

“சாமிய எங்கேயோ பாத்த மாதிரியிருக்கு.”

“பாத்திருக்கலாம். என்னைய புலி அய்யருன்னு சொல்லுவாங்க.”

“அடடா தெரியுமே? கேள்விப்பட்டிருக்கேன். தியாகில்ல நீங்க.”

“ஆமா ஆமா.”

“மாயாண்டி பாரதி?”

“தெரியும்.”

“கே.டி.கே தங்கமணி.”

“எங்ககூட ஜெயில்லயிருந்தவரு.”

“பழங்கானத்தம் கந்தத்தேவர்.”

“தெரியும். கள்ளுக்கட மறியல்ல ரெண்டு மாசம் உள்ள இருந்தாரு.”

“அதான் சாமி. வெள்ளக்காரன கள்ளு விக்கக் கூடாதுன்னு சொன்ன காங்கிரஸ் கட்சிக்காரங்க இப்போ ஊர் ஊருக்குக் கள்ளு விக்கிறாங்க.”

“சரி சரி. அதெல்லாம், நாம பேசி என்ன ஆகப் போகுது. உங்களப் பத்திச் சொல்லலையே?”

“என்னைப் பத்தி சொல்லிக்கிற அளவு ஒண்ணும் பெரிசா இல்ல. பட்டுக்கட்டி தெரியுமா?”

“ஆமா பக்கத்து கிராமத்துக்காரரு.”

“அவரோட தங்கச்சிய நான் கட்டியிருக்கேன்.”

“ஓ பிரமாதம். ராமசாமி செட்டியாருக்கு நீங்க எப்படி?”

“அவரோட மகனுக்கு எம்மகளக் கொடுக்கப் போறோம்.”

புலி அய்யர் யோசித்தார்.

“பட்டுக்கட்டி மூப்பனாருல்ல. நீங்க எப்படி?”

“சாமி. அது ஒரு கத. கலப்படமாயிப் போச்சு” என்று சிரித்தார் பெரியவர்.

காரின் பின்கதவைத் திறந்து இறங்கும் மகளையும் மனைவி யையும் பார்த்தார்.

“இந்தா பிள்ள. இங்க பாரு, இது புலி அய்யர் சாமி. பெரிய தியாகி. உங்க அண்ணனுக்குத் தெரிஞ்சவர்” என்றார். அவரது மனைவி “கும்பிடுகிறேன் சாமி” என்றார். மகளைப் பார்த்து, “சாமியக் கும்பிட்டுக்கத்தா” என்றாள்.

“நீ வாழப்போற ஊர்ல மொத ஆளா சாமியப் பாத்திருக்க, ரொம்ப ரொம்ப நல்லது” என்றாள்.

இளம்பெண் தலைகுனிந்து வணங்கினாள்.

“நல்லாயிரும்மா” என்றார் அய்யர்.

குடித்துக் குடித்துச் சீரழிந்து போன வெங்கடாசலம் பயலுக்கு இந்த அழகிய பெண் எப்படி? கணக்குப்பிள்ளை வாயெல்லாம் பல்லாக, “எங்க சின்ன ஆச்சி ஊருக்கு மொத மொத வந்திருக்கு. வாங்க ஆச்சி வாங்க ஆச்சி” என்று குழைந்தார்.

“அய்யா, ஒங்க பேரு சொல்லலையே?”

“காத்தான் செட்டியார் சாமி.”

"வீட்டம்மா பேரு?"

"சொல்லு பிள்ள" என்றார் பெரியவர்.

"ராசம்மா."

"பட்டுக்கட்டிக்கி நீ என்ன வேணும்?"

"தங்கச்சி."

"கூடப் பொறந்த பொறப்பா?"

"ஆமா சாமி. ஆனா அண்ணன் கிட்ட ரொம்ப காலமா பேச்சு வார்த்த இல்ல."

"அப்படியா? பட்டுக்கட்டி என்னைய அடிக்கடி பார்ப்பாரு. உங்களப்பத்தி எதுவும் சொல்லலையேன்னு பாத்தேன்."

"எங்களப் பாத்தத சொல்ல வேணாம் சாமி."

"சாமி சொல்ல மாட்டாரு. ஆனா இவ்வளவு பெரிய எடத்துல கலியாணம் நடக்குது? பட்டுக்கட்டிக்கு எப்படித் தெரியாமப் போகும்? அதுவும் அவரு மகன் வேங்கையோ கங்கையோன்னு ஒருத்தன் டவுன்பூராம் பிரபலயிருக்கானே! அவன் மூலம் அவங்க அப்பாருக்குத் தெரிஞ்சிரும்" என்றார் கணக்குப்பிள்ளை.

இளம் பெண்ணின் முகம் பிரகாசமானது போலத் தெரிந்தது.

"அம்மா, நீ பொறந்தவூரு இங்கிருந்து எவ்வளவு தூரம்?"

ராசம்மா பதில் சொல்லவில்லை. பேச்சை மாற்ற விரும்பியவள் போல மகளின் கையை அழுத்தினாள்.

"கணக்கு, ராமசாமி அண்ணனக் காணோம்?"

"பேச்சு மும்முரத்துல உங்களுக்குச் சொல்ல மறந்துட்டேன். ஒங்க மருமகப் பிள்ளைக்கு மதுரையில முக்கியமான ஜோலி திடீர்னு வந்துருச்சு. அவருக்குத் தொணக்கி முதலாளியும் போயிருக்காரு. அதனால இப்போதைக்கு அவங்க வர வாய்ப்பில்ல. நல்ல நேரம் முடியுறதுக்குள்ள சின்ன ஆச்சி பம்ப் ஓட்டி பெட்ரோல் போட்டுடட்டும்" என்று சொல்லிட்டு இளம் பெண் வந்த வாடகைக் காரைப் பார்த்துக் கையசைத்தார்.

இதற்காகவே காத்துக்கொண்டிருந்தவர் போல டிரைவர் வண்டியை பெட்ரோல் பம்பிற்கு அருகில் கொண்டு வந்தார். கணக்கப் பிள்ளை பெட்ரோல் பம்பின் பின்புறம் இருந்த லிவரை கையில் பிடித்தார்.

"சின்ன ஆச்சி பைப்ப புடிச்சி வண்டி பெட்ரோல் டாங்கில் விடுங்க. நானு லிவரச் சுத்தப் போறேன், யப்பா டிரைவர் சின்ன ஆச்சிக்குச் சொல்லிக்கொடு."

கணக்கப் பிள்ளை லிவரச் சுத்தச் சுத்த பெட்ரோல் டியூப் வழியாக காரின் டேங்கிற்குப் போனது. பெட்ரோல் போகப் போகச் சரசரவென எண்கள் உருண்டன.

"டாங்குல எவ்வளவு போடலாம்பா?"

"பத்துலிட்டர் கணக்குப்பிள்ள."

கணக்குப்பிள்ளை, "சின்ன ஆச்சி, எட்டு வந்ததும் சொல்லுங்க" என்றார்.

"வந்துருச்சு" என்றாள் இளம்பெண்.

"ஏய்! சௌந்தரம், பார்த்துச் சொல்லு. இன்னும் 8 வர ரெண்டு பாயின்ட் இருக்கு."

கணக்குப் பிள்ளை சத்தம் போட்டு சிரித்தார்.

"சரித்தான், சரித்தான் எங்க செட்டியாருக்கு ஏத்த மருமக."

புலி அய்யருக்கு இளம் பெண்ணின் பெயர்மீது ஆர்வம் வந்தது.

"பரவாயில்லை, செட்டியார் மகளுக்குச் சுதந்திரம்ன்னு நல்ல பேர் வச்சிருக்கீங்க."

"சுதந்திரம் இல்ல சாமி. சௌந்தரம்."

"பராவாயில்ல, சௌந்தரம் நம்ம டிவிஎஸ் சுந்தரம் அய்யங்கார் மக பேரு. சென்ட்ரல்ல டிப்டி மினிஸ்டரா இருக்காங்கலே?"

"அப்படியா சாமி. எனக்குத் தெரியாது" என்ற காத்தான் செட்டியார், "காரக்குடியில அய்யம்பெருமாள் தேவர் நாடகம்

போட்டாரு. அதுல டான்ஸ் ஆடுன பொண்ணு பேரு சௌந்தரம். அதப்பாத்து பேரு வச்சேன்."

ராஜம்மாள், கணவனைக் கண்ணால் எச்சரித்தாள். அதைக் கவனிக்காத புலி அய்யர்.

"ஓ, நானும் கேள்விப்பட்டிருக்கேன், சௌந்தரத்தை" என்றார்.

"இப்ப எங்கயிருக்காங்க அந்த அம்மா?"

ராஜம்மாளுக்கு எரிச்சலாகயிருந்தது.

"மேலோகத்துல சாமி. ரம்பா, ஊர்வசி மாதிரி அங்க டான்ஸ் ஆடிக்கிட்டிருப்பாங்க. இங்கயிருந்து போன கிழடு கெட்டை வாயப்பொளந்து பாத்துக்கிட்டிருக்குங்க."

புலி அய்யருக்கு விளங்கிவிட்டது.

"சரிம்மா. நானு கிளம்புறேன், நல்லா பேஷா விசேசம் நடந்தது."

"சாமி, காபித்தண்ணி" என்றார் கணக்கப் பிள்ளை.

"இல்லப்பா, வீட்ல மட்டும் தான் ஆகாரம்."

புலி அய்யர் கிளம்பியவுடன், சௌந்தரத்தைக் காரில் ஏறச்சொன்ன ராசம்மா, "போகலாங்க" என்று கணவரிடம் சொல்லிவிட்டு, "நாங்க வந்துட்டுப் போனத அண்ணன்கிட்டயும் அத்தாச்சிகிட்டயும் சொல்லியிருங்க கணக்கு" என்றாள்.

"மாப்பிள்ளை கிட்டயும்" என்றார் பெரியவர். கணக்கப் பிள்ளை கூழைக்கும்பிடு போட்டார்.

"இந்தப் பேரழகிக்கு வெங்கடாசலம் எல்லாம் ஒரு மாப்பிள்ளையா? குரங்கு கையில பூமால, சீக்குப் புடிச்ச பய. ஆனா திமிருக்கு கொறச்சலில்ல."

கணக்கப் பிள்ளை கருவினார்.

12

பட்டுக்கட்டியும் கஸ்பா நாயக்கரும் வீட்டைவிட்டு வெளியேறும் வரை காத்திருந்த புலிக்குட்டி விடுவிடுவென வீட்டிற்குள் வந்தான். தாழ்வாரத்தைத் தாண்டியவன், எதிரில் வந்த லொடையிடம், "லொட எங்கயிருக்கு ஆத்தா?" என்று கேட்டான்.

"வா சாமி வா. பாத்து எத்தன நாளாச்சு? ஆளு எளச்சுப் போயிட்ட?" என்றவன், "ஆத்தா, பட்டாசாலையிலயிருக்கு. கம்பு இடிக்கிற இடத்துல" என்றான்.

"ஆத்தாகிட்ட நான் வந்துருக்கேன்னு சொல்லிக் கூட்டிக் கிட்டு வா."

"சரி புலிக்குட்டி."

"இந்தா பாரு லொட. எம் பேரு இளம் வேங்கை."

"அந்தப் பேரெல்லாம் என்னோட வாயில நுழையாது."

"டேய் பைத்தியக்காரா, உன்னெயெல்லாம் திருத்த முடியாது. டவுனுக்குள் இளம் வேங்கைன்னு சொல்லிப் பாரு. அப்பத் தெரியும் என்னோட பவரு."

"சரிப்பு, நா ஏன் டவுனுக்கு வரப்போறேன்? எப்பவாவது வரயில கேட்டுத் தெரிஞ்சுக்கிறேன்" என்று சொல்லிவிட்டு வீட்டுக்குள் ஓடினான்.

வெள்ளையம்மாள் ஓட்டமும் நடையுமாக வந்தாள்.

"வாப்பே வா. ஏப்பே, ஊருக்குள்ள அங்கயிங்க வந்தேன்னு சொல்லுராளுக. ஆத்தாளப் பாக்க வரலையேப்பே?"

"பேச்ச விடு. இப்ப நா வந்தது ஒரு முக்கியமான விசயம். அந்த மரமேறி குடும்பத்த உடனே காலி பண்ணனும்."

“எதுக்குச் சாமி? சும்மா கிடந்த பனந்தோப்பப் பாத்துக்கி ருதுக அப்பனும் மகளும்.”

“பெருசா பாத்துக்கிருதுக. சும்மாவா பாத்துக்கிருதுக? டவுன்ல யாவாரம் ஆரம்பிச்சிருக்கா அந்தச் சிறுக்கி.”

“யாரு? தெய்வானையா? அவளுக்குத் தெக்கு வடக்கு தெரியாதே?”

“ஆமா, நீ நம்பு. அவ கடலக் கடஞ்சவ. நம்மூர்ல, நம்ம யிடத்துல யிருந்துக்கிட்டு திமிர் பிடிச்சி அலையறா. அவளையும் அவ அப்பனையும் நாளைக்கே தெருவில நிக்க வைக்கப்போறேன்.”

“அப்பே கொஞ்சம் அமைதியாயிரு. திடுதிப்புனு வந்துருக்க. ஏதாவது நீச்சத்தண்ணி குடி” என்றவள்,

“டேய் லொட, என்னடா வாயப் பாத்துக்கிட்டிருக்க. உள்ள கம்பு இடிக்கிற குமரிக கிட்டச் சொல்லி நீச்சத்தண்ணி வாங்கிட்டு வா. உப்ப பாத்துப் போடச் சொல்லு. ஒன்னு அள்ளிப் போடுவாளுக, இல்லன்னா கொறச்சுப் போடுரு வாளுக.”

லொடை கிளம்பினான்

“அதெல்லாம் ஒண்ணும் வேணாம். டேய் நில்லுடா” என்று லொடையிடம் சொல்லிவிட்டு, ”நா சொன்னதைச் செய்யி ஆத்தா” என்றான்.

“ஏப்பே, நீ சொல்லுறத நா எப்படிச் செய்ய முடியும்? நானென்னா வீட்டுக்கு எட்டா? ஒங்க அப்பாருகிட்டச் சொல்லு. நா வேணா உங்ககூட நிக்கிறேன், நீ பேசயில.”

“அதெல்லாம் நா யாரு கிட்டவும் கெஞ்ச வேண்டிய அவசியமில்லை. நா சொல்லுறது நடக்கலின்னா நானே பனங்காட்டுக்கு நேரப் போயிருவேன்.”

“யப்பே, சொன்னாக் கேளு. இத வெரசா செய்யணும்னு நெனக்காத. இத எங்கிட்ட விட்டுரு. நா எப்படியாவது செய்யப் பாக்குறேன்.”

லொடை, கையில் வெங்கல பாத்திரத்தோடு நின்று கொண்டிருந்தான்.

“லொட, ஏண்டா உள்ள இருக்க குமரிக எடுத்துக்கிட்டு வர மாட்டாளுகளா? உன்கிட்ட குடுத்திருக்காளுக? சரி குடு அத” என்று சொல்லி, அவனிடமிருந்து வாங்கி மகனிடம் நீட்டினாள்.

அதைத் தட்டிவிட்டான். வெங்கல லோட்டா, “ணங்” என்ற சத்தத்துடன் தரையில் விழுந்தது. நீச்சத்தண்ணி தரை முழுவதும் பரவியது.

“ஏப்பா, உனக்கு இவ்வளவு கோவம் ஆகாது. இது நல்லதுக்கில்ல. சொல்லிட்டேன்” என்ற வெள்ளையம்மாள் குனிந்து வெங்கல டம்ளரை எடுத்தாள். கைத்துண்டை வைத்து லொடை தரையைத் துடைத்தான்.

“டேய் கிறுக்கா, துண்டு வீணாப்போகும். அவளுகள வரச்சொல்லு” என்று சொல்லிக் கொண்டிருக்கும்போது இரண்டு இளம் பெண்கள் ஓடி வந்தார்கள்.

“நாங்க துடைச்சிக்கிர்றோம் அத்தே. நீங்க சின்ன மாமனக் கூட்டிக்கிட்டு பட்டாசாலைக்குப் போங்க.”

“அங்க யாரும் இல்லை.”

புலிக்குட்டி கிளம்பவில்லை. “அந்தப் பொம்பளய என்ன ஆக்கின பண்ணப் போறேன் பாரு. பெரிய இவள்னு நெனப்பு. கள்ளு கடைக்கு மரத்த விடலாம்னு சொன்னா அவ ஏதோ சொத்துக்கு உருத்தானவ மாறி, இல்ல கள்ளு எல்லாம் இறக்கமாட்டோம்கிறா.”

13

மதுரை மீனாட்சி அம்மன் கோயிலின் பொற்றாமரைக் குளக்கரையிலிருந்த படிக்கட்டில் புலிக்குட்டி உட்கார்ந்திருந்தான். அவன் உட்கார்ந்த இடத்தைவிட குறைவான உயரத்திலிருந்த கல்லில் வெங்கடாசலம் செட்டியார் உட்கார்ந்திருந்தான். வெங்கடாசலம் செட்டியாருக்கு வயது 25க்குள் தான் என்றாலும் போதைப் பழக்கத்தால் நாற்பது வயது போலத் தெரிந்தான். கோயில் வாசலில் கடை வைத்திருப்பவர்கள் மேல்த் துண்டைக் கையிலேந்தி புலிக்குட்டி முன்பு நின்று கொண்டிருந்தனர். அவர்கள் கொண்டு வந்த தின்பண்டங்கள், சந்தனக்கட்டை, பன்னீர் பாட்டில், வாழைப்பழம் முதலானவை புலிக்குட்டி முன்பு பரப்பி வைக்கப்பட்டிருந்தன. புலிக்குட்டி முழுவதுமாக முளைக்காத தனது மீசையை ஒதுக்கி கருப்பு மையில் மெல்லிய மீசை வரைந்திருந்தான். பொற்றாமரைக் குளம் வழியாகச் செல்லும் கோயில் பக்தர்களைப் பார்த்தும் பார்க்காதது போல உட்கார்ந்திருந்தான். ஒன்றிரண்டு பக்தர்கள் வணக்கம் சொல்லிய போது “ம். நல்லாயிருக்கீங்களா? பூஜை புணஸ்காரம் எப்படிப் போகுது?” என்று பதிலுக்கு நலன் விசாரித்தான்.

“கோயில் நடைமுறையில கொஞ்சம் மாத்தணும். மாவட்டம் கிட்டச் சொல்லியிருக்கேன். அடுத்த ஆட்சி நம்மதுதானே? என்னையே ட்ரஸ்டியாக போட்டாலும் போடுவாங்க. என்னென்ன சீர்திருத்தம் பண்ணனுமோ அத்தனையும் பண்ணிருவோம்” என்றான்.

கோயில் கடைக்காரர்களைப் போகுமாறு சைகை காண்பித்த வெங்கடாசலம் செட்டி அவர்கள் சென்றவுடன், “எளவேங்கை, கோயிலுக்குப் பெரிய ஜெனரேட்டர் வாங்கணும். நீ டிரஸ்டியா வந்தவுடன் அதுதான் மொத வேல. ஜெனரேட்டருக்கு டீசல்

சப்ளை காண்டிராக்ட் என்னுடையது. வேற யாருக்கும் தரக் கூடாது" என்றான்.

"செட்டியாரே! மதுரையில டீசல் பம்ப் இருக்கும்ல. அத விட்டுட்டு 20 மைல் தள்ளியிருக்கிற திருமங்கலத்தில் வாங்குனா எதிர்க்கட்சிக்காரன் பிரச்சனை பண்ணமாட்டானா?"

"வர்ற எலக்சன்ல எதிர்க்கட்சிக்கு விழப் போற அடியிலிருந்து அவன் நிரந்தரமா எந்திருக்க மாட்டான். இனிமே நீங்கதான். ஒங்கள ஒரு பய கேட்க முடியாது."

"பங்க் எப்படிப் போகுது? எங்க அத்த மக தொறந்து வச்சது."

"நல்லாப் போகுது. ஒங்க அத்த மக தான் சௌந்திரம்னு எனக்குக் கொஞ்ச நாளைக்கு முன்ன தான் தெரியும். ஒங்க அப்பா பட்டுக்கட்டிக்கு சௌந்தரத்தோட அம்மா அக்காவா?"

"இல்ல தங்கச்சி. ஓம் பொஞ்சாதி நானு கட்டுற மொற."

"அப்படியா?"

"எங்க அப்பாவுக்குச் சுத்தமா ராசம்மா அத்தையப் புடிக்காது. வேத்து ஜாதியில கலியாணம் பண்ணுனதுனால. ஆனா நா அப்படியிருக்க முடியாதுல்ல? சமத்துவம், ஜனநாயகம், சோசிலசம் பேசுற கட்சியில பொறுப்புல இருக்கேன். எனக்குச் சந்தோசம்தான். ஒனக்கு எங்க அத்த மகளக் கட்டிக் கொடுத்ததுல எனக்குப் பங்காளி முறையாயிட்ட. நானு தேர்தல்ல நிக்கிறதாயிருக்கேன். ஒங்க ஜாதி ஆளுக ஓட்டையெல்லாம் ஓம் மூலமாத் தான் நான் வாங்கணும். எலக்சன் டெபாசிட், பூத் செலவு, கேன்வாஸ், மைக், ரிக்சா, சாப்பாட்டுச் செலவு எல்லாத்துக்கும் ஒன்னையத் தான் நம்பியிருக்கேன்."

"செஞ்சிரலாம் எளவேங்கை. எனக்கு ஜெனரேட்டர் டீசல் காண்ட்ராக்ட் மட்டும் வாங்கிக் கொடுத்துறணும்."

"கொடுத்திரலாம். கொடுத்திரலாம். எப்ப ஒன் வீட்டுக்குக் கூப்பிடப் போற. எங்க அத்த மக கையில நானு சாப்பிடணும்ல?"

"அதுக்கென்னா! ஒரு நா கூப்பிட்டாப் போச்சு" என்று சொன்ன வெங்கடாசலம் செட்டியார் எழுந்து சென்று பொற்றாமரைக் குளத்தில் கை, கால் கழுவி முகத்தில் தண்ணீரை அடித்தான். மூக்கிலிருந்து லேசாக ரத்தம் வந்தது. மேல் துண்டை எடுத்து ரத்தத்தைத் துடைத்துக் கொண்டான்.

புலிக்குட்டிக்கு காது லேசாக அடைப்பது போலிருந்தது. அந்த வழியாக வந்த ஒரு பட்டரை அழைத்து, "சாமி, காது கொடையரவன் வெளியே இருந்தான்னா கையோட கூட்டிக்கிட்டு வாங்க" என்றான்.

தன்முன் இருந்த பலகாரங்களைச் சாப்பிட்டான். வெங்கடாசலத்திடம் நீட்டினான்.

அவன் "வேண்டாம்" என்றான்.

புலிக்குட்டி கல்தூண்மீது முதுகைச் சாய்த்துக காலை நீட்டிக் கொண்டான். பொற்றாமரைக் குளத்து நீரில் பட்ட காற்று, கோயிலைக் குளிர்ச்சியாக மாற்றியிருந்தது. சுகமான காற்றில் லேசாகக் கண்களை மூடி சிறு தூக்கம் போட்டான். அவனது காலடியில் உட்கார்ந்திருந்த வெங்கடாசலம் செட்டியார், காது குடையும் தொழிலாளியும் பட்டர் ஒருவரும் வருவதைப் பார்த்தான். அவர்கள் வெங்கடாசலத்தை நெருங்கி, "காது கொடையனும்னு அண்ணன் வரச் சொன்னார்" என்றனர்.

"கொஞ்சம் பொறு. தூங்குறார். இப்படி நீ உட்காருப்பா" என்று காது குடைபவனிடம் சொல்லிவிட்டு, பட்டரை, "நீங்க போய் ஒங்க வேலையைப் பாருங்க சாமி. நானு அண்ணன் கிட்டச் சொல்லிக்கிறேன்" என்றான்.

கோழி தூக்கத்திலிருந்த புலிக்குட்டி கண் விழித்தான். காது குடைபவனிடம், "ஆயுதத்தக் காண்பி" என்றான். சைக்கிள் போக்ஸ் கம்பியில் அரையடி நீலத்திலிருந்த அலுமினிய குச்சியை வாங்கிப் பார்த்தான். அலுமினிய குச்சியின் முடிவில் சின்னஞ்சிறு வாளி போல இருந்தது. அதைத் தடவினான்.

"அண்ணே, காதுக்குள்ள விட்டுத் தொளாவினா அப்படியே கொத்துக் கொத்தா அள்ளிக்கிட்டு வந்துரும். நீங்க அப்படியே தூணில சாஞ்சி கண்ண மூடிக்கங்க. நானு நிதானமா வேலய முடிக்கிறேன்" என்றான்.

புலிக்குட்டியின் முகத்தைத் தனக்கு வாகாக வைத்துக் கொண்டு மார்பில் சாய்த்துக் கொண்டான். காதுக்குள் அலுமினியக் கம்பியை மெதுவாகச் செலுத்தினான். ஒரு சிறு சுற்றலோடு கம்பியை வெளியில் எடுத்தான். கம்பியின் நுனி நிறைய அழுக்கு வந்தது. அதைத் தனது இடது முன்னங்கையில் இழுகிக் கொண்டான். அடுத்த காதையும் நோண்டி எடுத்தான். அவனது இடது கை முழுவதும் திட்டுத் திட்டாக அழுக்குப் படிந்திருந்தது. வேலை முடிவதற்கு முன்பு சேவல் இறகை காதுக்குள் விட்டுச் சுற்றினான். காதுக்குள் மீதமிருந்த அழுக்கை வெளியே எடுத்தான்.

"அண்ணே! இன்னும் ஆறு மாசத்துக்கு காதுல ஒரு பிரச்சினை இருக்காது" என்றான். வெங்கடாசலம் கொடுத்த நாலணாவை வாங்கிக் கொண்டு, "வர்றேன் அண்ணே" என்றான்.

"சரி செட்டியார், நாம கௌம்புவோம். உங்க கார்ல வர்றேன். ஓங்க வீட்டுக்குப் போயிட்டு சாப்பிட்டு, அப்படியே எங்க ஊருக்குப் போயிர்றேன்."

புலிக்குட்டியின் திட்டம் தெரியாமல் வெங்கடாசலம் செட்டியார் அப்பாவியாக, "சரி எளவேங்கை" என்றான்.

14

ஆடி மாதம் பனங்காட்டிற்குள் இருக்க முடியாது. காற்று 'ஓ' 'ஓ' வெனச் சுழற்றியடிக்கும். புழுதியை வாரி கண்ணில் கொட்டும். எதிர்பாராத நேரத்தில் காய்ந்த பனை ஓலை மரத்திலிருந்து கீழே விழும். இந்த வருடம் நச்சு மழை கொஞ்சம் அதிகம். காற்றும் மழையுமாக இருப்பதால் தெய்வானை குடிசையைவிட்டு வெளியே போகவில்லை. தாணுமாலயன், தெய்வானையின் சேலையைப் பொத்திக்கொண்டு பனை ஓலைப் பாயில் படுத்துக் கிடக்கிறான். அவனுக்கு அருகில் பனை ஓலையில் செய்த கூடைகள், முறங்கள் கிடந்தன.

"அய்யா! ஒனக்குப் புண்ணியமா போட்டும். நா உசிரக் குடுத்து செஞ்ச கூடை, முறத்து மேல தூக்கக் கலக்கத்துல காலத் தூக்கிப் போட்டுறாத."

தாணுமாலயன் எழுந்து உட்கார்ந்தார். கூடைகளையும், முறத்தையும் அடுக்கி வைத்தார்.

"தெய்வான! இந்த லொடப் பயலும் அவன் அண்ணன் மகனும் பெரிசா கூடை செய்யச் சொன்னானுங்க. ஒங்கிட்ட சொல்ல மறந்துட்டேன்."

"என்ன அளவுல வேணுமாம்?"

"அவனுங்க புது மாதிரி கூட பின்னச் சொல்லுறானுங்க. அதாவது அடி வந்து அகலமா இருக்கணும். வாயி சின்னதா யிருக்கணும்."

"இதென்னா புதுசா யிருக்கு?"

"வேற ஒண்ணுமில்ல. சம்சாரிக கதிரு அடிச்சு அம்பாரமா வைக்கயில முதல் சொதந்திரம் இவன மாதிரி தொழிலாளி களுக்குத்தான். நெல் அம்பாரத்துல இவனுங்கதான் முதல்ல நெல்ல அள்ளி வைப்பானுங்க. சில சம்சாரிங்க சரிடா

அப்படியே வச்சுக்கன்னு சொல்லுவாங்க. சிலர் கூடையிலிருந்து பாதி, முக்காவாசிய அம்பாரத்தில கொட்டிட்டு மீதியக் கொடுப்பாங்க. இந்த வருசம் நல்ல விளச்சல்ல. அழகர் பச்சைப் பட்டுல வந்துட்டார்ல. அதனால லொடைக்கு நல்ல வருமானம். பத்து மூட நெல்லு சேத்துட்டான். அவனுங்க சொல்லுற மாதிரி நீ கூடயப் பின்னிக் குடுத்தா நெறைய நெல்லு கூடக்குள்ள இருக்கிறது தெரியாது. இன்னொன்னு சம்சாரி கூடய எடுத்துக் கொட்டும்போது பொட்டியோட வாயி சின்னதா இருக்கிறதால நெல்லு வெளியே வேகமா வராது. சம்சாரி கொட்டிக்கிட்டுருக்கையிலேயே கையைப் பிடித்து, "போதும், போதும், நீங்க கொட்டினது. தொழிலாளிக்கு நெறையக் கொடுங்க. உங்களுக்கு மகசூல் நல்லா வரும்" என்று சொல்லி கூடையை வாங்கிக் கொள்ள வசதியாக இருக்கும்."

"பின்னித் தர்றேன் அய்யா, நீ மூலயில நொடக்கிறாம எந்திரிச்சுப் போயி மழத்தண்ணி தேங்கியிருந்துச்சுன்னா வாய்க்கால் பிரிச்சு விட்டு வா. தலையில எதையாவது போட்டுக்க. நனைஞ்சுராதே."

குடிசைக்கு வெளியே வந்த தாணுமாலயன் தேங்கி நின்ற தண்ணீரைக் காலால் விலக்கி விட்டார். மணல் பாங்கான இடமாதலால் கால்கள் இழுத்து விடும் வழியில் அடைபட்டுக் கிடந்த மழை நீர் பாய்ந்தோடியது.

"என்ன பெரிசு! தண்ணில விளையாண்டுக்கிட்டிருக்க." என்றபடி புலிக்குட்டி வந்தான். பிடித்திருந்த குடையை மடக்கியபடி, கோணல் சிரிப்பு சிரித்தான்.

"கள்ளு இருக்கா?"

"இல்லீங்க தம்பி. மழ பெஞ்சதுன்னா கள்ளு எறக்கறதில்ல."

"ஏன்?"

"கலயத்துக்குள்ள மழத் தண்ணீ போயிடும். ருஜி இருக்காது. ஈரப் பனை மரத்துல ஏறுறதும் கஷ்டம்."

"பழசு ஒண்ணும் குடிசையில இல்லையா?"

"பழசு ஒண்ணும் இல்ல. இருக்கிற ஒரே பழசு உன்கிட்ட பேசிக் கிட்டிருக்கு புலிக்குட்டி" என்றபடி தெய்வானை குடிசைக்கு வெளியில் வந்தாள்.

புலிக்குட்டியின் பென்சில் மீசையும், நீண்ட கிருதாவும், அவன் வயதிற்குப் பொருந்தாத பெரிய துண்டும் தெய்வானைக்கு எரிச்சலை அதிகப்படுத்தியது.

"என்ன புலிக்குட்டி, ஒரு வேட்டிய இடுப்பில கட்டிக்கிட்டு ஒரு வேட்டிய தோளுல துண்டாப் போட்டுக்கிட்டு வந்திருவையோ?"

தனது நடை, உடை பாவனையை தெய்வானை விரும்புவதில்லை என்று தெரிந்தாலும், அவளோடு பேசுவதற்குப் புலிக்குட்டிக்கு அதிகம் ஆர்வம் இருந்தது.

"தோள்லயும் ஒரு வேட்டி அளவு துணியப் போட்டுக்கிட்டு வர்றது ஒரு காரணமாத்தான். குளுருக்குப் பொத்திக்கிறலாம். தேவப்பட்டா தரையில விரிச்சுப் படுத்துக்கிறலாம். கிழிஞ்ச சேல கட்டிக்கிட்டு வர்ற பொம்பளைகளுக்கு கொடுத்து சேல மாதிரி கட்டிக்கச் சொல்லலாம்."

தெய்வானை பேச்சை வளர்க்க விரும்பவில்லை. புலிக்குட்டியின் பார்வை அவளது மேனியில் ஊர்வதைக் கவனித்தவள்,

"அய்யா, நா ஊருக்குள்ள போயிட்டு வர்றேன்" என்று தகப்பனிடம் சொல்லிவிட்டுக் கிளம்பினாள்.

"யாரு கஸ்பாவப் பாக்கவா? இல்ல எங்க அப்பா பட்டுக்கட்டியப் பாக்கவா?"

"ஏன், எனக்கு வேற நல்ல மனுசங்க யாரையும் ஊருக்குள்ள தெரியாதா?"

"அப்ப நானு கெட்டவனா?"

"அது அவங்க அவங்களைக் கேட்டுக்கிறணும்."

"சரி நில்லு. நா நல்லவனா கெட்டவனான்னு அப்புறம் கேட்டுத் தெரிஞ்சுக்கிறேன். ஒங்கிட்ட ஒரு விசயம் சொல்லணும்."

"சொல்லு. எனக்கு நேரமாவுது."

"நீ கொஞ்ச நாளைக்கு முன்னாடி டவுனுக்குள்ள கருப்பட்டிய யாரு வீட்டுக்கு வித்த?"

“நா யாருக்கும் விக்கல. அங்க ஒரு பையன் அவன் பேரு கூட கோட்டியோ தோட்டியோ, ஏதோ ஒன்னு, அவன் வித்துக் கொடுத்தான்.”

“அவ ஒரு விவரமில்லாதவ. ஒரு ரூவா விக்கிற கருப்பட்டிய அவகிட்ட மூணு ரூவாய்க்கு வித்திருக்கீக.”

“எனக்கு அதெல்லாம் தெரியாது. நானு யாரையும் பார்த்து விக்கல. ஒரு அம்மாயிருக்கு, அது தரமான பொருள்னா நல்ல வெல குடுத்து வாங்கும்னு கோட்டி சொன்னான். அப்படித்தான் எனக்குத் தெரியும்.”

“பேச்ச வளக்காத. அந்தப் பொம்பளகிட்ட வாங்குன காச என்கிட்டக் கொடு.”

“நா ஏன் அத ஒங்கிட்டத் தரணும்?”

“ஏன்னா அந்தக் கருப்பட்டி என்னோட பனந்தோப்புல யிருந்து போனது. வாங்குனவ என்னோட ஆளு.“

“இங்க பாருங்க. இந்த விசயம் நடந்து ஒரு மாசத்துக்கு மேல ஆச்சு. எந்தக் கொள்ளிக்கண்ணு பட்டதோ அதுக்குப் பின்னால ஒரு கருப்பட்டி கூட நா செய்யல. விக்கல. இனிமேல விக்கிற மாதிரி வந்தாலும் அந்த அம்மாவுக்கு விக்க வேணாம்னு கோட்டி கிட்டச் சொல்லிர்றேன்.”

“அவளுக்கு ரொம்ப வயசெல்லாம் ஒண்ணுமில்ல. ஒன்னோட வயசுதான் யிருக்கும். ஆளு கன்னத்துல சுண்டி விட்டா ரத்தம் தெரியும்.”

பிஞ்சிலே பழுத்துவிட்ட புலிக்குட்டியின் அசிங்கப் பேச்சும், தோரணையும் தெய்வானைக்கு எரிச்சலைத் தந்தது. அந்த இடத்திலிருந்து உடனடியாக நகர்வது நல்லது என்று நினைத்தாள்.

“சரி அய்யா. நான் கிளம்புறேன். மழையில நிக்காத, குடிசைக்குள்ள போ.”

தெய்வானை தகப்பனிடம் சொல்லிவிட்டு ஊரை நோக்கி நடக்க ஆரம்பித்தாள்.

15

வெங்கடாசலம் செட்டியார், ஒரு வருடமாகப் பாதி நேரம் ஆஸ்பத்திரியிலும் பாதி நேரம் வீட்டின் படுக்கை அறையிலும் இருப்பவன். செளந்தரத்தின் அப்பா காத்தான் செட்டியாருக்கு மருமகனின் பெட்ரோல் பங்கும், நகை அடகு பிடிக்கும் கடையும் தான் கண்ணுக்குத் தெரிந்ததே ஒழிய, அவனது குச்சி போன்ற உடம்பும், நீண்ட சதையில்லாத தொண்டையும் தெரியவில்லை. செளந்தரம் போன்ற அழகான இளம் பெண்ணிற்குச் சீக்குப் பிடித்த வெங்கடாசலம் அமைந்தது கொடுமைதான்.

திருமணமான புதிதில் மிகுந்த சோகத்துடன் முடங்கிக் கிடந்த செளந்தரம் கொஞ்ச நாட்களாகச் சந்தோசமாக யிருக்கிறாள். வாய் எப்போதும் சினிமா காதல் பாட்டுகளை மெல்லிய குரலில் பாடிக் கொண்டிருக்கிறது. தினம் சலவை செய்த சேலை, கண்மை, தலையில் மல்லிகைப் பூச்சரம், கை விரல்களில் மருதாணி என்று தன்னை அலங்கரித்துக் கொள்கிறாள்.

இந்த மாற்றங்கள் வெங்கடாசலத்திற்குப் பெரிதாகத் தெரிய வில்லை. ஆனால் அவனது அப்பா ராமசாமி செட்டியாருக்கும், கணக்கப் பிள்ளைக்கும் ஏதோ ஒரு செய்தியைச் சொல்லுவது போலிருந்தது. ராமசாமி செட்டியார் தனது மருமகளிடம் ஏற்பட்டுள்ள இந்தப் புதிய மாற்றம், புலிக்குட்டிப் பயல் வீட்டிற்கு வர ஆரம்பித்த பிறகுதான் என்று புரிந்து கொண்டார். மதுரை மீனாட்சி அம்மன் கோவிலுக்கு அவன்தான் அடுத்த டிரஸ்டி என்று புலிக்குட்டி ஒரு நாள் பேச்சு வாக்கில் விட்ட கதையை வெங்கடாசலம் வலுப்படுத்தினான். முதன்முதலாக புலிக்குட்டியைக் கூட்டிக்கொண்டு ஒரு நாள் இரவு நேரத்தில் வெங்கடாசலம் வீட்டிற்கு வந்தான்.

"அப்பா, எளவேங்கைக்கு மீனாட்சியம்மன் கோயிலுக்குள்ள கிடைக்கிற மரியாதையை நீங்க பாக்கணுமே? அப்பப்பா, எத்தன ஜனங்க ஓடிவந்து கைகட்டி, வாய்ப் பொத்தி நிக்குதுக? எத்தன பலகாரம், பட்சணத்த படையல் மாதிரி இவரு முன்னால கட பரப்புதுக? கோயிலுக்குள்ள இவர் அளவுக்கு மரியாத கெடைக்கணும்னா அது சொக்கநாதரராத் தான் இருக்கணும்' என்று உளறிக் கொட்டினான்.

இந்த சம்பாஷணைகளைக் கதவிடுக்கில் ஒளிந்துகொண்டு சௌந்தரம் கேட்டுக் கொண்டிருந்தாள். டைனிங் டேபிளில் அவள் பரிமாறிய உணவு வகைகளைச் சிரத்தையின்றியும் சௌந்தரத்தின் தங்கநிறக் கைகளை வெறியுடனும் பார்த்தான். அவள் போட்டிருந்த தங்க வளையல்கள் அவளது நிறத்தோடு ஒத்துப் போயின. கழுத்தில் போட்டிருந்த கருப்பு நிறக் கருகமணி அவளது நிறத்தை இன்னும் கூடுதலாக்கிக் காண்பித்தது. மஞ் சள் கிழங்கிற்கு அருகில் குங்குமம் வைத்தது போல அவளது மருதாணி கைகள் இருந்தன. புலிக்குட்டியின் வயது தான் சௌந்தரத்திற்கும் இருக்கும்.

புலிக்குட்டியைப் பற்றி கேள்விப்பட்டிருந்த கணக்கப் பிள்ளை, "உங்க அப்பா பட்டுக்கட்டி மூப்பனாரை எங்களுக்குத் தெரியும். நல்ல மனிதர்" என்றார். "அப்படிப் பாத்தா நானு உங்க வீட்டு மருமக சௌந்தரத்தக் கட்டிக்கிற முறை" என்றான் புலிக்குட்டி.

சௌந்தரத்திற்குப் புலிக்குட்டி பேசிய பேச்சு மிகவும் பிடித்திருந்தது. சீக்குப் பிடித்த கணவன் எங்கே? விறைப்பான இளைஞனாக உள்ள புலிக்குட்டி எங்கே? புலிக்குட்டி அன்றைய அரசியல் நடைமுறைப்படி நடுவகிடு எடுத்து தலைமுடியை அலை அலையாக விட்டிருந்தான். அவ்வப்போது மூக்குப் பொடி போட்டு தன்னை ஒரு கல்லூரி மாணவன் போலக் காட்டிக் கொண்டான். அவன் சட்டைப் பையில் வைத்திருந்த சிகரெட் பாக்கெட், சௌந்தரத்திற்குப் பெரும் கிளர்ச்சியைக் கொடுத்தது.

"பட்டுக்கட்டி மாமாவ பாக்கணும்னு எனக்கு ரொம்ப ஆச. எங்க அம்மா பாக்கக் கூடாதுன்னு சொல்லும். எப்படியோ

ஒங்களப் பாத்துட்டேன். அடுத்து மாமாவப் பாத்திருவேன்” என்றாள் சௌந்தரம்.

“அவரு பட்டுக்கட்டி மட்டுமில்ல. கட்டுப்பெட்டியும் கூட. என்னா ஊர்ல நடக்காத பெரிய தப்ப ஒங்க அம்மா அதுதான் எங்க ராசம்மா அத்த செஞ்சுட்டாங்க. லவ் மேரேஜ்! அதுக்காக இத்தன வருசமா வம்மம் வச்சிக்கிட்டிருக்கார்.”

“பாசமா வளத்த தங்கச்சி வளையல் விக்க வந்த பையனோட போயிருச்சுன்னா கேவலமாத்தானேயிருக்கும்? அதனால எனக்கோ எங்க அம்மா, அப்பாவுக்கோ பட்டுக்கட்டி மாமா மேல கோவம் இல்ல”

“சரி சரி விடு. நீயும் அவர மாதிரி ஒரு பழைய பஞ்சாங்கம்.”

புலிக்குட்டி உரிமையுடன் பேசுவதாக நினைத்து சௌந்தரம் மகிழ்ந்தாள். தாய்மாமன் மகனுடனான மனைவியின் திடீர் அன்பை கவனிக்கும் நிலையில் வெங்கடாசலத்தின் உடல் நிலையில்லை. இதைப் புலிக்குட்டியும் சௌந்தரமும் பயன்படுத்திக் கொண்டனர். இந்த விசயத்தை கணக்குப் பிள்ளை சௌந்தரத்தின் அப்பா காத்தான் செட்டியாரிடம் சொன்னார். கணக்கப் பிள்ளை தன்னிச்சையாக இந்தத் தகவலைச் சொல்லியிருக்க மாட்டார் எனக் காத்தான் செட்டியாருக்குத் தெரியும். ராமசாமி செட்டியார், மருமகள் சௌந்தரத்தைப் பற்றி கோள் சொல்ல கணக்குப் பிள்ளையை அனுப்பியிருக்கிறார் எனத் தெரிந்து கொண்டார்.

“கணக்கு, நீங்க சொன்னத விசாரிக்கிறேன். என் மக அப்படிப்பட்டவ இல்ல. இந்த மாதிரி பேச்சு இருக்குன்னு தெரிஞ்சாலே எம் பொஞ்சாதி நாண்டுக்கிடுவா.”

“வேற ஒண்ணும் பண்ண வேணாம் செட்டியாரே. புலிக்குட்டிப் பயல சௌந்தரம் ஆச்சி வீட்டுக்கு வர விடாமப் பண்ணினாப் போதும்.”

“அத நா எப்படிப்பா செய்யுறது? ஒங்க வெங்கடாஜலம் பயலே அவன வீட்டுக்கு கூட்டிக்கிட்டு வர்றானாமே தினசரி? மொதல்ல அவன கட்டுத்திட்டம் பண்ணச் சொல்லி ஒங்க செட்டியார்கிட்டச் சொல்லு.”

“செட்டியார் மகன்கிட்ட பேசப் பயப்படுறார்.”

“கணக்கு! சீக்குப் பிடிச்ச மகன் கிட்ட பேச ஒங்க மொதலாளி பயப்படுவாரு. நானு எம் மககிட்டப் பேசணுமா? அவ மேல நிச்சயம் தப்பு இருக்காது. ஒங்க துப்புக்கெட்ட மொதலாளி மகனையும், தறுதல புலிக்குட்டிப் பயலையும் கடவுள் தான் கேக்கணும். மனுசனால முடியாது.”

கணக்கு கிளம்புவதாக இல்லை.

“ஒங்ககிட்ட யிருந்து ஒரு தீர்க்கமான பதில மொதலாளி எதிர்பார்க்கிறார்.”

“என்ன தீர்க்கமான பதில்?”

“புலிக்குட்டியை வீட்டுக்கு வர விடாம நிறுத்தணும். ஒங்க பொஞ்சாதிய விட்டு அவங்க அண்ணன் பட்டுக்கட்டி கிட்ட பேசச் சொல்லணும்.”

“கணக்கு, எம் பொஞ்சாதி எப்ப எங்கூட வந்தாலோ அன்னியல யிருந்து அவ அண்ணன் கூட பேசினதில்லை. இப்ப, எப்படிப் பேச சொல்ல முடியும்? நானு சொன்னாலும் அவ பேச மாட்டா.”

“இல்ல, ஒரே ஒரு வழியிருக்கு செட்டியாரே.”

“சொல்லுங்க.”

“கொஞ்ச நாளைக்குச் சௌந்தரம் ஆச்சிய உங்க வீட்ல வச்சிக்கிறலாமா?”

“என்ன கணக்கு விளையாடுறீங்களா? இப்படித் தான் ஒங்க மொதலாளி பொண்டாட்டிய வெரட்டி விட்டுட்டாரு. ஒங்க வீட்டுல தண்ணி, வெந்நீர்ன்னு சகலமும் பொழங்க ஆரம்பிச்சுட்டார். அது மாதிரி அந்தச் சீக்குப் பிடிச்ச பயலுக்கும் ஏதாவது ஏற்பாடு செய்யப் போறீங்களா? பேசாம போயிடுங்க. என் கோவத்தைக் கௌறாதீங்க” என்று காத்தான் செட்டியார் கறாராகப் பேசி விட்டார்.

16

பட்டுக்கட்டி பனந்தோப்பில் கயிற்றுக்கட்டிலில் உட்கார்ந் திருந்தார். சூழ்நிலை மிகவும் இறுக்கமாகயிருந்தது. தாணு மாலயன் கூடை பின்னிக் கொண்டு கஸ்பாவிடம் ரகசியமாகக் கேட்டார்.

"கள்ளு இறக்கவா?"

"வேணாம். தெய்வானைய சில்லுக் கருப்பட்டி எடுத்துவரச் சொல்லு."

அருகில் உட்கார்ந்திருந்த தெய்வானைக்கு வேலை தனக்கானது என்று தெரிந்து, எழுந்து வீட்டிற்குள் சென்றாள். திரும்பி வரும்போது ஓலைக் கொட்டானில் சில்லுக் கருப்பட்டியும் சேலை முந்தானையில் வறுத்த நிலக் கடலையையும் கட்டிக்கொண்டு வந்தாள். கஸ்பா, பட்டுக் கட்டிக்கு முதலில் தரச் சொல்லி கண் ஜாடை காண்பித்தார். பட்டுக்கட்டியின் கையில் சில்லுக் கருப்பட்டிக் கொட்டானைக் கொடுத்த தெய்வானை இடுப்பில் சொருகியிருந்த சேலை முந்தானையை எடுத்து அதிலிருந்து வறுத்த நிலக்கடலையை அள்ளிக் கொடுத்தாள். ஓலைக் கொட்டானை மடியில் வைத்துக் கொண்ட பட்டுக்கட்டி இரு கைகளையும் சேர்த்துக் குவித்து நிலக்கடலையை வாங்கி பட்டு வேட்டியில் வைத்துக் கொண்டார்.

"மூப்பனாரே! பட்டுத் துணியில கடலையோட கறுப்புக் கறை பட்டுறப் போகுது. கொஞ்சம் இருங்க, அப்படியே அசையாம. மெதுவா கற படாம எடுத்து நானே உரிச்சுத் தரேன்."

பட்டுக்கட்டியின் பதிலுக்கு எதிர்பாராமல் அவர் வேட்டியில் கொட்டப்பட்ட நிலக்கடலையை எடுத்து கட்டிலுக்குக் கீழ் உட்கார்ந்துக் கொண்டாள். பட்டுக்கட்டி எழுந்து நின்று வேட்டியை உதறிக் கட்டினார். தெய்வானை கடலைத் தோலை

நீக்கி பருப்புகளைக் கொடுக்க அதை வாயில் போட்டு, சில்லுக் கருப்பட்டியைக் கடித்துக் கொண்டார். தானும் ரெண்டு கடலையை வாயில் போட்டு சில்லுக் கருப்பட்டியைக் கடித்துக் கொண்டாள்.

“நல்லா இருக்குல்ல பிள்ள. கஸ்பாவுக்கும் ஒங்க அய்யனுக்கும் கொடு. நம்ம வாயப் பாத்துக்கிட்டிருக்காங்களே?”

“எனக்கு வேணாம் மூப்பனாரே. பல்லு ஆட்டம் கொடுக்குது” என்றார் கஸ்பா.

“ஒனக்கு எப்படி நிலக்கடல கெடைச்சது? எங்க வீட்ல கொடுத்தாங்களா!”

தெய்வானை சிறிது நேரம் அமைதியாக இருந்தாள்.

“ஒங்க வீட்ல கொடுக்கல. ஆனா ஒங்க வயக்காட்டுக் கடலதான்.”

“என்னா பிள்ள சொல்லுற, ஒண்ணும் புரியல?”

“அதாவது புரியுற மாதிரி சொல்லுறேன் பட்டுக்கட்டி. நாலு நாளக்கு முந்தி ஒங்க வயக்காட்டுல கடல எடுத்துக் கிட்டிருந்தாங்க. நானு வேடிக்க பாக்கப் போனேன். ஒங்க வீட்டுக்காரம்மாவும் ஒங்க மகனும் வந்தாங்க. எப்பவும் என் கூட நல்லாப் பேசுற ஒங்க சம்சாரம் எங்கிட்டயே வரல. நானு சிரிச்சேன். முகத்த திருப்பிக்கிட்டாங்க.”

“தெய்வான, இது ஒரு பேச்சா? பெரிய வீட்டு ஆத்தாக்களுக்கு பல ரோசன யிருக்கும். ஒங்கூடப் பேசாதது ரொம்ப முக்கியமா? இதப்போயி பட்டுக்கட்டிக்கிட்ட சொல்லணுமா!”

“இருக்கட்டும் இருக்கட்டும். தாணுமாலையா. பொறு. தெய்வான சொல்ல வர்றத முழுசா சொல்லட்டும். என்னா கஸ்பா நா சொல்லுறது” என்றார் பட்டுக்கட்டி.

“ஆமா தாணுமாலையா. தெய்வான வைராக்கியம் என்ன? பட்டுக்கட்டி அதுக்கு எவ்வளவு மதிப்பு கொடுக்கிறார்ன்னு ஒனக்கு தெரியனும்ல. நீ சொல்லுத்தா.”

“என்கூட பேசலையா! நா பட்டுக்கட்டி மகன்கிட்ட எப்பவும் பேச மாட்டேன்னு ஒங்களுக்குத் தெரியும்ல. அதனால நானு வயக்காட்ட விட்டு கிளம்பப் பாத்தேன். கடல புடுங்கின பொம்பளக, “தேவான! சாப்பிடுற பொருளு. கொஞ்சம் கடல

எடுத்துக்க” என்று கையில அள்ளிக் கொடுத்தாங்க. அந்த அப்பிராணி ஜனங்களுக்கு மரியாத கொடுக்கணும்னு நானு என் முந்தானைய நீட்டுனேன். பட்டுக்கட்டி பொண்டாட்டி ராட்சசியா மாறிருச்சு. “யேய்! பொட்டச்சிகளா, வேலயப் பாருங்கடி. ஏதோ வயக்காட்டுக்குச் சொந்தக்காரி மாதிரில்ல நீ புடி, நான் தாரேன்னு தாராளம் காட்டுறீங்கன்னு அந்த அம்மா கத்துச்சு. பத்தாக் கொறக்கி இந்தப் பெரிய மனுசனோட மகன், புலிக்குட்டிப் பய, “நாளைக்குள்ள முழுசா கடல பறிச்சுருவோம். அடுத்த நாள் வந்து பாரு. தப்புக் கடல கெடைக்கும். தோண்டி எடுத்துட்டுப் போ” ன்னு சொன்னான். எனக்கு வகுறே கொதிக்கிற மாதிரி ஆகிப் போச்சு. நா என்னா இவங்க வீட்டுச் சொத்தவா எடுத்துக்கிட்டேன். ஏதோ இந்தப் பெரிய மனுசன் வந்தார்னா அவரு வயசுக்கும், தராதரத்துக்கும் மரியாத குடுத்து நானும் எங்கப்பனும் சேவகம் செய்றோம். அதுக்கு இந்தக் குத்தல் பேச்சா? பறிக்கிற கடலயத் தரமாட்டாங்களாம். வயக்காட்ட முழுசா காலிப் பண்ணிட்டுப் போனவுடன தரையில கெடக்கிற தப்புக் கடலய நான் பொறுக்கணும்மாம்” தெய்வானை தேம்பினாள்.

“தெய்வான அழுகாத. எல்லாம் தெரிஞ்சு தான் நானும் கஸ்பாவும் வந்திருக்கோம். ஒன்னைய வயக்காட்ட விட்டுப் போன்னு சொன்னவுடன் நீ என்னா சொன்ன? அதச் சொல்லு.”

“நா ஒண்ணும் சொல்லலையே. அழுதுக்கிட்டே வந்துட்டேன்.”

“நீயாவது திருப்பிக் கொடுக்காம வர்றதாவது? சொல்லு?”

“மன்னிச்சுக்க பட்டுக்கட்டி. எனக்கு வந்த வேகாளத்துல வார்த்தைய விட்டுட்டேன்.”

“சொல்லு என்ன சொன்ன? அவகிட்டயும் அந்தப் புலிகுட்டிப் பயகிட்டயும்?”

“கஸ்பா, நீயும் சரி, பட்டுக்கட்டியும் சரி நா அன்னிக்குச் சொன்னதச் சொன்னா கோவிக்கக் கூடாது. திட்டக் கூடாது.”

தாணுமாலயனுக்கு வேலை ஓடவில்லை. முடைந்த பனையோலையை விட்டுவிட்டு எழுந்து நின்றார்.

“என்னாத்தா எதுவும் வம்ப இழுத்து விட்டுட்டய்யா? பெரிய எடத்துப் பொல்லாப்பு. நாம தாங்க முடியாது தெய்வான.“

“யோவ் தாணுமாலயா. நம்மளப் பொறுத்தவரை பட்டுக் கட்டிதான் பெரிய எடம். மத்ததெல்லாம் நம்ம மாதிரிதான். ஓம் மக ஒண்ணும் பட்டுக்கட்டிய எதுத்துப் பேசலைல்ல?”

“சரி பிள்ள! நீ சொல்லு, என்னா சொன்ன?” என்றார் பட்டுக்கட்டி.

தெய்வானை கட்டில் காலைப் பிடித்து எழுந்து நின்றாள். முந்தானையை உதறிக் கட்டினாள். முந்தானையில் ஒட்டி யிருந்த கடலைத் தொலிகள் கீழே விழுந்தன. வறுத்த கடலைத் தொலியின் வாசம் அந்த இடத்தை நிறைத்தது.

“நானு என்ன சொன்னேன்னு சொல்லவா கஸ்பா.”

“சொல்லு சொல்லு.”

“ஆத்தா, மகன் நீங்க ரெண்டு பெரும் நெனக்கிற மாதிரி ரெண்டு நாள், கழிச்சு வந்து இந்த வயக்காட்டுல தப்புக் கடல பொறுக்கிறேன். அதக் கொண்டு போய் காயவச்சு வறுப்பேன். நானே எங்கையால செஞ்ச சில்லுக் கருப்பட்டியையும் தப்புக் கடலையையும் பட்டுக்கட்டிக்கு என் கையால உரிச்சுக் கொடுத்து சாப்பிட வைக்கல நானு தெய்வான இல்ல. எம் பேர மாத்திக்கிறேன்னு சொன்னேன்.”

“சொன்னபடி செஞ்சு காமிச்சிட்டே தெய்வான. தப்புக்கடலைய வறுத்து உரிச்சுக் கொடுத்துட்ட சில்லுக் கருப்பட்டி யோட.”கஸ்பா, சத்தம் போட்டுச் சிரித்தார்.

பட்டுக்கட்டி எழுந்து, “வர்றேன் பிள்ள. நாளைக்குப் பாப்போம்” என்றவர், நடக்க ஆரம்பித்தார். தெய்வானை, கஸ்பாவைப் பார்த்தாள்.

“யோவ் கஸ்பா, பட்டுக்கட்டிக்கு எதுவும் கோவமா? பொண் டாட்டியையும் மகனையும் நான் எதுத்துப் பேசினேன்னு.”

“கிறுக்குப் பிள்ள. அவரு போற சோக்கப் பாத்தா தெரியல, நீ சொன்ன பேச்ச ருஜு பண்ணிட்ட சந்தோசத்தோட போறார்.”

கஸ்பா விரைவு நடை போட்டு பட்டுக்கட்டியுடன் சேர்ந்து கொண்டார். தெய்வானை உரித்துப் போட்ட கடலைத் தொலிகளைக் கையால் கூட்டி அள்ளினாள். முகத்திற்கு அருகில் கொண்டு சென்று முகர்ந்து பார்த்தாள். மிகவும் வாசத்தோடு இருந்தது.

17

பஞ்சாயத்து போர்டு ஆபிஸ் என்று பெரிதாகப் பெயர். ஆனால் இருப்பது ஒரே ஹால். மெட்ராஸ் ஸ்டேட் பூராவும் எல்லாக் கிராமத்திலும் இதே போன்ற கட்டிடம். 20 அடிக்கு 20 அடி. ஊருக்கு நடுவில் இருந்த அந்தக் கட்டிடத்தில் எதுவும் ஒளிவுமறைவு கிடையாது. வாசல் கதவு மரச்சட்டத்திலானது. வாசல் கதவை ஒட்டி இரண்டு பக்கமும் மரச்சட்டங்கள். ஆபிசுக்குள் யார் இருந்தாலும் வெளியில் தெரியும். கூடத்தில் இருந்த மர அலமாரியில் கிராம சுயராஜ்யம் மாத இதழ்கள் அடுக்கப்பட்டிருந்தன. பஞ்சாயத்து ஆபிசில் தினமும் மாலை 6 மணி செய்திக்காக ரேடியோ போடுவார்கள். ரேடியோவைப் போட்டு 6.15 மணிக்கு நியூஸ் முடிந்ததும் ரேடியோவை அமர்த்திவிட்டு லொடை பாண்டி கிளம்பி விடுவான். ரேடியோ ஆப்ரேட்டர் என்ற பதவியை அவனுக்குப் பஞ் சாயத்து பிரசிடென்டிடம் சொல்லி பட்டுக்கட்டி வாங்கிக் கொடுத்திருக்கிறார்.

அன்று மாலை எப்போதும் போல லொடை 6 மணிக்கு ரேடியோவை ஆன் செய்து முழு சத்தத்தைக் கூட்டி வைத்தான். பொழுது போகாத வயதானவர்கள் பஞ்சாயத்து ஆபிசுக்கு அருகில் கிடைத்த வாசல்படிகளிலும் திண்ணைகளிலும் உட்கார்ந்திருந்தனர்.

“ஆகாஷ்வாணி! செய்திகள் வாசிப்பது...” என்று ஒரு பெண்ணின் கரகர குரல் கேட்டது. லொடைக்குச் சிரிப்பு வந்தது. இந்தக் குரலைக் கேட்க கிழடுகள் தினந்தோறும் சாயங்காலம் எப்போது வரும் என்று காத்திருக்கிறார்கள்.

உலகச் செய்திகள், இந்தியச் செய்திகள், மதராஸ் ஸ்டேட் செய்திகள் என வரிசைக் கிரமமாக வரவேண்டிய செய்திகள் அன்று மதராஸ் ஸ்டேட் செய்தியிலிருந்து

ஆரம்பித்தது. “மெட்ராஸ் ஸ்டேட் ஜெனரல் எலக்‌ஷன் தேதி அறிவிக்கப்பட்டுள்ளது. புதிய எம்.எல்.ஏக்கள் இன்னும் 20 நாளில் தேர்ந்தெடுக்கப்படுவார்கள்” என்றார் அறிவிப்பாளர். 6.15 மணிக்குச் செய்தி முடிந்தது. பஞ்சாயத்து ஆபிசைப் பூட்டிய கையோடு லொடை பாண்டி, பட்டுக்கட்டியிடம் ஓடி வந்தான். பட்டுக்கட்டி பனந்தோப்புக்குள் கயிற்றுக் கட்டிலில் உட்கார்ந்திருந்தார்.

“என்னடா, இப்படி ஓடியார? எதுவும் அவசரமான ஜோலியா?”

“எம்எல்ஏ தேர்தல் வரப்போகுதாம்.”

“இப்ப ரேடியால சொன்னானா?”

“ஆமா. நம்ம புலிக்குட்டி எலக்சன்ல நிக்கப் போகுதாம்ல?”

“யாருடா சொன்னா?”

“ஊருக்கே தெரியும் அப்புச்சி. ஒங்களுக்குத் தெரியாதா?”

“தெரியாதுடா.”

“புலிக்குட்டி மாவட்டத்துக்கும், ஒன்றியத்துக்கும், தொகுதிக்கும்ன்னு மூணு பேருக்கும் ரொம்ப நெருக்கமாம். எம்எல்ஏ நிச்சயம் ஆகப் போறார் அப்புச்சி.”

“சரி சரி நீ போடா. கஸ்பாவ வரச் சொல்லு” என்றார் பட்டுக்கட்டி.

18

சிறுவன் கோட்டியும், தெய்வானையும் கருப்பட்டி விற்பதற்காக சௌந்தரம் வீட்டிற்கு வந்திருக்கிறார்கள்.

'ராமசாமி செட்டியார் பேங்க்' என்ற பலகை முன்வாசலில் சாத்தி வைக்கப்பட்டிருந்தது. அதை 'வெங்டேஸ்வரா செட்டியார் நகை அடகுக்கடை' என்று திருத்தச் சொல்லிக் கொண்டிருந்தார் கணக்கப் பிள்ளை.

"ஆச்சி, இது பேரு தெய்வானை. பக்கத்து ஊர்ல பனை மரக் குத்தக எடுத்துருக்கு. நல்லா பனவெல்லம் காய்ச்சும். நீங்க சொன்னீங்கள்ல கருப்பட்டி சுத்தமாயிருந்துச்சின்னா வாங்கிட்டு வான்னு. அதுதான் தெய்வான அக்காவக் கூட்டிக்கிட்டு வந்தேன். சரக்கு கொண்டுக்கிட்டு வந்திருக்கு."

"எனக்குத் தெரியும் தெய்வானயைப் பத்தி. நாந்தான் ஒங்கிட்ட சொன்னேன்ல, தெய்வானை டவுனுக்கு வந்தா கூட்டிக்கிட்டு வாடான்னு" என்றாள் சௌந்தரம்.

"என்னைய எப்படித் தெரியும் ஆச்சி? நா இப்பத்தான் மொதத்தடவ ஒங்களப் பாக்கிறேன்."

"பட்டுக்கட்டி மாமா எப்படியிருக்காரு?"

"அடி ஆத்தாடி. பட்டுக்கட்டியத் தெரியுமா ஒங்களுக்கு?"

"தெரியும். அவர் என்னோட தாய்மாமா."

"ஒங்க பேரு?"

"சௌந்தரம்."

"ஒங்கள ஊர்ல பாத்ததில்லியே? பட்டுக்கட்டியும் ஒங்களப் பத்தி சொன்னதில்ல. இன்னொன்னு இது செட்டியார் வீடு மாதிரி தெரியுது. பட்டுக்கட்டி மூப்பனார்ல?"

"பட்டுக்கட்டியோட தங்கச்சி. என்னோட அம்மா அது. வளையல் விக்கிற செட்டியாரோட லவ்வு. ஓடி வந்திருச்சு. அதனால பட்டுக்கட்டி மாமா எங்களச் சேத்துக்கிறதில்ல."

"அப்படியா சேதி! நீங்ககூட பட்டுக்கட்டி மாதிரி நல்ல நெறமா, ஓங்குதாங்கா அழகாயிருக்கீங்க. ஓங்க கைவெரலுங்க மாதிரி பட்டுக்கட்டிக்கும் கொஞ்சம் வளஞ்ச மாதிரி, நீளமா இருக்கும் கைவெரலுங்க."

'நானு என் தாய்மாமன் போலப் பொறந்துட்டேன் போல. ஆனா பாத்துப் பழக முடியல."

"நானு அவர்கிட்ட சொல்லுறேன் ஆச்சி ஓங்களப் பத்தி. நானும் கஸ்பாவும் சேர்ந்து சொன்னோம்னா பட்டுக்கட்டி ஓங்கள ஏத்துக்கிடுவார்."

"என்னைய ஆச்சின்னு கூப்பிட வேணாம். ஒன் வயசுதான் எனக்கும்."

"நானு ஓங்க மாமனோட சேர்த்து வச்சிர்றேன்."

"அதச் செஞ்சீன்னா ரொம்ப சந்தோசப்படுவேன். என்னா! அவரு மகனுக்குத்தான் புடிக்காது."

"யாரு புலிக்குட்டிக்கா?"

"உஷ். சத்தம் போடாதே. ரூமுக்குள்ளே தூங்கிக்கிட்டிருக்கு."

"இங்க எப்படித் தூங்குறான்?"

"என் தலவிதி. விழுதுன்னு புடிச்சேன். பழுதுன்னு ஆயிப் போச்சு."

"அந்தப்பய பிஞ்சிலே பழுத்தவனாச்சே. என்னைய மொறச்சு மொறச்சு பார்ப்பான்."

"அவர்தான் சொன்னார், ஒன்னப்பத்தி. கள்ளுக் கடைக்கு கள்ளு தரமாட்டேன்னு சொல்லிட்டியாமே? ஒம்மேல கோபமாவும் இருக்காரு. வெறியாவும் இருக்காரு."

"வெறியா?"

"ஆமா. ஆள் அம்சமா இருக்கையில்ல, அதான்."

"ஒன்னைய விடவா?"

“இந்த ஆளுக்கு கொரங்கு புத்தி. என்கூட இருக்கையிலேயே ஒன்னப் பத்தி பேசுவான். இன்னொரு அப்பாவிப் பொம்பள, இந்தக் கோட்டிப் பயலுக்குத் தெரியும். ஒங்கிட்ட கருப்பட்டி வாங்கி அந்தப் பொண்ணுகிட்டக் கொடுத்திருக்கான்.”

“ஆமா தெரியும். ஆனா ஆளு, பேரு தெரியாது.”

“அவ பேரு செவ்வந்தி. என்னைய மாதிரி புருசன் சரியில் லாதவ. சதா குடிகாரன். அவனையும் எம் புருஷனையும் முழு குடிகாரனாக்கியது புலிக்குட்டிதான். அந்தப் பொண்ணோட யும் போவார். என் கூடவும் இருப்பார்.”

“அடப்பாவமே! ஏம்மா ஒங்க மாமனுக்கு, பட்டுக்கட்டிக்கு ஒங்கத தெரிஞ்சா உசிர விட்டுருவாரும்மா. ஓம் பொழப்பு இப்படி ஆயிப் போச்சே?”

“அடுத்த எம்எல்ஏ இவர்தானாம். தலைக்கனம் புடிச்சு அலையுறாரு. இப்பத்தான் பீத்திக் கிட்டாரு. வயிறு முழுக்க சோத்த அடச்சிக்கிட்டு பொளந்துகிட்டுத் தூங்குறார். அவர் எந்திரிச்சு ஒன்னையப் பாக்குறதுக்குள்ள கிளம்பிடு. டேய் கோட்டி, தெய்வான அக்கா இங்க வந்தது, செவ்வந்தி பத்தி நாங்க ரெண்டு பேரும் பேசினது எதையும் வெளியில சொல்லக் கூடாது. எங்களக் கொன்னு போட்டிருவாரு.”

கருப்பட்டியைக்கொடுத்துவிட்டுகிளம்பியதெய்வானையிடம் சௌந்தரம் பணத்தைக் கையில் திணித்தாள்.

“ஆத்தாடி! ஒங்க மாமன் வீட்டுப் பனமரத்திலிருந்து காய்ச்சுனது. ஒங்ககிட்ட கருப்பட்டிக்கு காசு வாங்கினேன்னு தெரிஞ்சா ஓம் மாமன் எங்கள பனந்தோப்பிலிருந்து பத்தி விட்டுருவாரு.”

“எம் மாமா எம்மேல பிரியமா இருப்பாரா? எங்க அம்மா மேலயிருக்க கோபம் கொறஞ்சிருமா?”

“கட்டாயம். நானு பட்டுக்கட்டிகிட்ட சொல்லிர்றேன். ஓம் மருமக பேரழகி, நல்ல பொம்பளப் பிள்ளைன்னு.”

“தெய்வான, புலிக்குட்டிக்கும் எனக்கும் உள்ள விசயம் மாமாவுக்குத் தெரிய வேணாம். இப்போதைக்கு.”

“அதச் சொல்ல மாட்டேன் சௌந்தரம். கவலைப்படாதே.”

(19)

அரிதாரம் பூசிய இளம்பெண்களைச் சினிமாவிலும், நாடகக் கொட்டகைகளிலும், கூத்துகளிலும் தூரமாக இருந்து பார்த்துப் பழக்கப்பட்ட ஜனங்களுக்கு, டாக்டர் ரம்பா ராமசாமியை மேடையில் அவளது வளர்ப்பு மகளுடன் பார்க்க வைத்தவன் புலிக்குட்டி. எலெக்சனுக்கு முன்பே ரம்பா ராமசாமியை விழுப்புரம் சென்று சந்தித்தான். அவனைப் பற்றி பெரிதாக தம்பட்டம் அடிக்க கையோடு ஒரு அல்லக்கையையும் அழைத்துச் சென்றிருந்தான். அவன் எவ்வளவுக்கெவ்வளவு புலிக்குட்டி பற்றி கம்பி கட்டி பில்டப் கொடுக்கிறானோ அந்த அளவிற்கு ஏற்ப உணவும், கைச்செலவுக்கும் கிடைக்கும் என்பதை அல்லக்கையிடம் வெங்கடாசலம் செட்டி சொல்லி அனுப்பி இருந்தான்.

ரம்பா ராமசாமி நாற்பதுகளில் இருந்தாள். கட்சியில் பெண்களே இல்லாத காலத்தில் தனது வறுமையையும், மிஞ்சியிருந்த அற்பசொற்ப அழகையும் முன்னிட்டு கட்சியில் இணைந்தாள். கட்சியில் சேர்ந்தவுடன் 'கட்சியின் மூத்தவர்களையும், முன்னோடிகளையும் சந்தித்து ஆசி பெறுமாறு' தலைமை உத்தரவிட்டது. ரம்பாவிற்கு அது பெரும் உபயோகமாக இருந்தது. ஒரு முன்னோடி கேட்டது, "உன் பெயர் என்னன்னு சொன்ன?"

"காமாட்சி."

"அண்ணேன்னு சொல்லு. நம்ம கட்சியினர் யார்கிட்ட பேசினாலும்..."

"சரிண்ணே. எம்பேரு காமாட்சி."

"புருசன் இருக்கா?"

"இருந்துச்சு. இப்ப இல்ல."

“இல்லைன்னா? வீட்ட விட்டுப் போயிட்டானா அல்லது ஒலகத்த விட்டுப் போயிட்டானா?”

“ஊரவிட்டுப் போயிட்டான். அஞ்சாறு வருசமா காண்டாக்டே இல்ல.”

“அப்ப அப்ப இந்த மாதிரி இங்கிலீஷ்ல பேசு. இங்கிலீஷ்ல பேசுற பொம்பளைக்கு கவர்ச்சி அதிகம் நம்ம ஊர்ல.”

“சரிண்ணே.”

“ஒம் பேர கொஞ்சம் மாத்திருவோமா, கவர்ச்சியா?”

“சரிண்ணே.”

“ஒம்பேரு ரம்பா. கவர்ச்சியா இருக்கும். பேரப் பாத்தே மயங்கிருவானுங்க. ஒம் புருசன் பேரு என்னா?”

“பிச்சுவா.”

“ரம்பா பிச்சுவா. ம்கூம் நல்லாயில்ல.”

“அப்பன் பேரு?”

“பக்கிரி.”

“ரம்பா பக்கிரி. இதுவும் கவர்ச்சியா இல்ல.”

“ஒன்னோட ஊரு விழுப்புரம். அத ஒம் பேரோட சேர்த்தாலும் சரியா வராது. ஆம்பள அரசியல்வாதின்னா ஊர்ப்பேர் சேர்க்கலாம். நம்ம ஆளுகளுக்குப் பொம்பளையோட ஆதி அந்தம் ஊர், ஜாதி எதுவும் தெரியக் கூடாது. ரகசியமாயிருக்கணும். நாக்கத் தொங்கப் போட்டுக்கிட்டு விசாரிச்சுக்கிட்டே இருப்பானுங்க.”

“சரிண்ணே. எங்க கொழுந்தன் பேரு நல்லாயிருக்கும். அதச் சேத்துக்கிறலாமா எம் பேரோட.”

“கொழுந்தனா?”

“ஆமா அவர்தான் என்னையக் கூட்டிக்கிட்டு வந்தாரு. வெளியே உட்காந்துக்கிட்டிருக்காரு. அவரு பேர எம் பேரோட சேத்தா அவரு பொண்டாட்டி சந்தோசப்படுவா. எங்கூட அவர அடிக்கடி இந்த மாதிரி அனுப்பி வப்பா.”

“அப்படியா அவம் பேரு.”

“மண்ணு.”

“ரம்பா மண்ணு, சரி வராது.”

“ர, ரன்னு பேரு வந்தா நல்லாயிருக்கும். கொஞ்சம் பழைய பேராயிருக்கணும். பொம்பள பேரு மாடர்னாவும், அவ பேருக்கு அடுத்து வர்ற பேரு கொஞ்சம் பழைய பேராவும் இருந்துச்சுன்னா, அதுவும் நம்ம ஆளுங்களுக்குக் குஷியாயிரும். பழைய பேர் உள்ள ஆம்பள, கிழவனாகவோ, டம்மியாகவோ இருப்பான்னு நம்புவாங்க.”

“சரிண்ணே. நீங்களே நல்ல பேராப் பாத்து வச்சிருங்க.”

“நல்ல பேருயில்ல. பழைய பேரு. எல்லா ஜாதியிலும் அந்தப் பேரு இருக்குற மாதிரி. பிராமின் பேராவும் இருந்தா நல்லது.”

“சரிண்ணே.”

“எங்க ஊர்ல ராமசாமி ஐயர்ன்னு ஒருத்தர் இருக்காரு.”

“அந்தப் பேர வச்சா அவரு ஏதாவது சொல்லுவாரா?”

“வெறும் பேர்தான அண்ணே. சாதிப் பேர் இல்லாம ராமசாமின்னு போட்டா எந்த ராமசாமின்னு தெரியவா போகுது.”

“ரொம்ப நல்லது. ஓம் பேரு ரம்பா ராமசாமி.”

“ஏதாவது பட்டம் போடணுமே?”

“அப்படின்னா?”

“புலவர், கவிஞர், காவலர், காதலர்ன்னு?”

“ ஒனக்கு ஏதாவது வேல பாத்த அனுபவம் உண்டா?”

“இருக்குண்ணே. ஒரு ஓமியோபதி டாக்டர்கிட்ட நர்சாயி ருந்தேன்.”

“நர்ஸ் கோர்ஸ் படிச்சிருக்கையா?”

“இல்லண்ணே. பழக்கம்தான். படிக்கல. நான் வேல பாத்தவரே டாக்டர் இல்ல. ஐயாயிரம் ரூவா கொடுத்து

பாண்டிச்சேரில வாங்கின சர்டிபிகேட். பணம் கட்டிட்டு மூணு நாள் அங்கேயே தங்கிட்டு வந்தா சர்டிபிகேட் வந்துரும்."

"என்ன மாதிரி இருக்கும் சர்டிபிகேட்."

"MBBS-ன்னு போட்டு A-ன்னு பிராக்கெட் போட்டிருக்கும்."

"அங்கயும் பிராக்கட் தானா? A-ன்னா என்னான்னு தெரியுமா?"

"ஏதோ ஆல்டர்னேட்டாம். மாற்றுன்னு சொன்னாரு."

"ஒன்னால அந்த சர்டிபிகேட் வாங்க முடியுமா?"

"5000 பணம் வேணுமே?"

"நா ஒன்னைய நம்ம கட்சிக்காரன்கிட்ட அனுப்பி வைக்கிறேன். பணக்காரன். கொஞ்சம் ஷோக்கு பேர்வழி."

"இந்த ஒரு வாரத்துல நம்ம கச்சியில பல சோக்குப் பேர் வழிகளப் பார்த்துட்டேன் அண்ணே."

"ஹா ஹா" எனச் சிரித்த கட்சி முன்னோடி, "வாழ்த்துகள் டாக்டர் ரம்பா ராமசாமி" என்று சொல்லி கை குலுக்கினார்.

"கை கொஞ்சம் மொரடாயிருக்கு. தினமும் கைக்கு ஆலிவ் ஆயில் போடு தூங்குறதுக்கு முன்னாடி. எப்ப வெளியே வரயோ அப்ப ஒரு கண்ணாடி போட்டுக்க."

"கூலிங் கிளாஸாண்ணே."

"கூலிங் கிளாஸ் ஆம்பளகளுக்கு, கட்சி முன்னோடிகளுக்கு, பொம்பள அரசியல்வாதிகளுக்கு டீச்சர் போடுவாங்க பாரு அந்த மாதிரி படிக்கிற கண்ணாடி."

அடுத்துப் பார்த்தவர் கட்சியின் துணைப் பொருளாளர். ஐயாயிரம் ரூபாயைக் கொடுத்த அவர்,

"கட்சி காசப் பொருளாளர் சுருட்டிக்கிறான். எனக்குத் துணைப் பொருளாளர் பதவி. ஆனா எனக்குக் கட்சி காசு எவ்வளவு இருக்குன்னு தெரியாது."

"ஒங்களுக்கு என்ன அண்ணே? ஒங்ககிட்ட எவ்வளவு பணம் இருக்குன்னு உங்களுக்கே தெரியாதாமே?"

“ஆமா, ஆமா” என்று சொல்லி சிரித்த பிரமுகர் எப்பவும் ஒங்கூட கொஞ்சம் இளமையான பிள்ளையக் கூட்டிக்கிட்டுப் போ. சாயந்தரம் லைட் போட்ட பிறகுதான் மேடை ஏறணும். பகல்ல முழு ரெஸ்ட். மேடையில நீ பேசயில அவள ஒனக்குப் பின்னால ஒக்கார வச்சுக்க. அப்ப அப்ப காபி, டீ கொடுக்கிறது. வேர்த்தா தொடைக்க டவல் கொடுக்க.”

“சரிண்ணே. அந்தப் பிள்ளைக்கு வழிச் செலவுக்கு...”

“ஒனக்குத் தரும்போதே அவளுக்கும் சேர்த்து வாங்கிட்டு நீயா பாத்து ஏதாவது அவளுக்குக் கொடு.”

“சரிண்ணே.”

“ஒண்ணு முக்கியம். ஒங்கூட வர்றவ குமரியா இருக்கணும். அழகாயிருக்கணும். மேக்கப் போடக்கூடாது. யாரு கூடயும் அவ பேசக் கூடாது. அதக் கண்டிசனா முதல்லே சொல்லிரு.”

“சரிண்ணே. கட்சிக் கூட்டம் முடிஞ்சவுடன் ஆட்ட விதிகள அனுசரித்து நீயோ, அவளோ பொறுப்பாளருக்குக் கம்பெனி கொடுக்கலாம்.”

20

டாக்டர் ரம்யா ராமசாமியைப் பார்க்க வந்த கூட்டத்தைத் தனக்கான கூட்டம் என நினைத்துக் கொண்ட புலிக்குட்டி புளங்காகிதம் அடைந்தான். "இளம் வேங்கை" என்ற பெயரைக் குறைந்தது பத்து தடவையாவது கூட்டத்தில் சொல்ல வேண்டும் என்று சொல்லித்தான் காமாட்சிக்கு வழிச் செலவுக்குப் பணம் கொடுத்தான். எதிராளிகளைப் பற்றி வாய்க்கு வந்ததை அவளிடம் சொல்லி அதையும் மைக்கில் பேச வேண்டும் என்றான்.

கூட்டம் அலைமோதியது. ஒரு வாரத்திற்கு முன்பே கூட்டத்திற்கான ஏற்பாடுகளைப் புலிக்குட்டி செய்துவிட்டான். கட்சிப் பத்திரிகையில் வந்த தலைவரின் கடிதத்தை அச்சு ஆபிசில் கொடுத்து ஆயிரம் காப்பி பிரிண்ட் போட்டு நகரத்தில் விநியோகித்தான்.

"சிங்கக் குருளையே! குடும்பத்தோடு பிரச்சாரக் கூட்டத்திற்கு வா. பெண்களைக் கூட்டத்தில் பார்த்தால் அவர்களைப் பார்க்க ஆண்கள் வருவார்கள் என்று நான் சொல்லி தெரிந்துகொள்ள நீ என்ன அறிவிலியா? அல்லது எதிர்க் கட்சிக்காரனா? நம் கட்சி முன்னோடியினர் நறுக்கிய பென்சில் மீசை, ஒழுங்கு செய்யப்பட்ட சைடு கிருதா, கூலிங்கிளாசோடு சலவை செய்த சட்டை, கரை வேட்டி, கரை போட்ட நீளத்துண்டுடன் மேடையில் அமர வேண்டும். நரைமுடியினர் பொன் முடியினராக மாற வேண்டும். மாற்ற முடியாத நரையர் திரையர் ஆக வேண்டும். திரைக்குப் பின்னால் இருந்து கட்சிப் பணி ஆற்றட்டும்."

கூட்டத்திற்கு இளம் பெண்களைத் திரட்டும் பொறுப்பை நாராயணசாமி செட்டியாரின் மனைவி சௌந்தரத்திடம் புலிக்குட்டி ஒப்படைத்தான். அவள் கோட்டியைப் பனந்தோப்பிற்கு அனுப்பி தெய்வானையிடம் பேச வைத்தாள்.

“நீ என்னையப் பாக்க வர்றது, ‘பட்டுக்கட்டி மாமாவுக்கோ ஊருக்கோ தெரிய வேணாம்’ என்று தெய்வானையிடம் சொல்லச் சொல்லிவிட்டாள்.

தெய்வானைக்குச் சேதி கொண்டுவந்த கோட்டி மீதான பாசமும் சௌந்தரத்தின் மீதான அன்பும் சாவி கொடுத்த பொம்மைபோல தெய்வானையை இயங்க வைத்தன.

அப்பனிடம் கூடச் சொல்லாமல் கூட்டத்திற்குக் கிளம்பினாள். கூட்டத்தின் முன்வரிசையில் பளிச்சென்று உட்கார்ந்திருந்த சௌந்தரத்தையும், தெய்வானையையும் காட்டி ரம்பா ராமசாமியின் காதில் புலிக்குட்டி கிசுகிசுத்தான்.

“சரியான ஆளுய்யா நீ. கட்சித் தலைமை வரும்போது இதுகளக் கூட்டிக்கிட்டு வந்துரு. அமைச்சர் நீதான். ஓங்கு தாங்கா இருக்காளே அவபேரு என்னா?”

“தெய்வான.”

“அடுத்து தொடச்சு வச்ச குத்துவிளக்கு மாதிரி இருக்கிறவ பேரு?”

“சௌந்தரம்.”

“இவளுகள மத்திரம் தலைவர் பாத்தாருன்னு வச்சுக்க நமது ஆட்சி வந்தவுடன் கோயில் துறை அமைச்சர் நீதான். கோயில் யானைக்கு எல்லாம் ‘தெய்வானை’ன்னும், ‘சௌந்தரம்’ன்னும் பேர் வச்சிருவாரு. பாத்துக்கிட்டேயிரு நான் சொல்றது நடக்கும்.”

மந்திரி என்ற வார்த்தையைக் கேட்டவுடன் புலிக்குட்டி எதை வேண்டுமானாலும் கொடுத்துப் பதவியைப் பெற்றே தீர வேண்டும் என்று முடிவு செய்தான். கூட்டத்தில் ரம்பா ராமசாமி பேசிய ஆபாசப் பேச்சிற்கு ஆண்கள் உற்சாகக் கூச்சல் போட்டனர்.

தெய்வானை, “போகலாம்” எனச் சௌந்தரத்தின் காதில் கிசுகிசுத்தாள். “அவர் கோவிச்சுக்கிருவார்” என்றாள் சௌந்தரம். “இன்னும் பத்து நிமிசம் கிழவி முடிச்சிருவா. அவ மேக்கப்பையும் தொங்குன மூஞ்சியையும் பாரு, சிரிப்பு வரும்” என்றாள் கைகளைப் பிடித்தபடி சௌந்தரம்.

கையை உதறிய தெய்வானை எழுந்து நடந்தாள். முழுக் கூட்டமும் அவளைப் பார்த்து வாயைப் பிளந்தது. கோட்டி அவள் பின்னால் ஓடி வந்தான். விறுவிறுவென இருவரும் பனந்தோப்பை நோக்கி நடந்தனர். மேடையில் இருந்த புலிக்குட்டி எரிச்சலுடன் எழுந்தான்.

பனங்காட்டிற்குப் போகும் வழியில் ரயில்வே லைன் சென்றது. காலையில் செல்லும் செங்கோட்டை பாசஞ்சர் மதுரைக்குத் திரும்பி வந்து கொண்டிருந்தது. நீராவி என்ஜினில் போட்ட நிலக்கரித் தூள் எரிந்தும் எரியாமலும் கரும்புகையைக் கக்கியபடி வந்தது. "கோட்டி கண்ண மூடிக்கடா. ரயில் போனப்பறம் போவோம்" என்றாள் தெய்வானை. இருவரும் கண்ணை மூடிக்கொண்டு நின்றனர்.

இருவருமே எதிர்பாராத நேரத்தில், பின்னாலிலிருந்து ரயில் பெட்டிகளுக்கு நடுவில் தள்ளிவிடப்பட்டனர். என்னவென்று சுதாரிப்பதற்குள் இருவரும் ரயிலுக்கு அடியில் இருந்தனர்.

திருமங்கலத்தில் இறங்குவதற்காகத் தயார் நிலையில் நின்ற பயணிகள், இருவர் ரயிலுக்குள் விழுவதைப் பார்த்துச் சங்கிலியைப் பிடித்து இழுத்தனர். வண்டி பிரேக் போட்டது போல நின்றது. செயின் இழுத்த கம்பார்ட்மென்டிலிருந்து வந்த நீராவிச் சத்தத்தைக் கண்டறிந்து வந்த ரெயில்வே கார்டு என்னவென்று விசாரித்தார். டார்ச் லைட்டை அடித்தார். பயணிகள் விசயத்தைச் சொல்லினர். கார்டுடன் சென்ற பயணிகள் ரயில் நிற்குமிடத்திலிருந்து ஒரு பர்லாங் தூரத்தில் கிடந்த இரண்டு பிரேதங்களைப் பார்த்தனர். ரெயில்வே போர்டின் ஆணைப்படி, கார்டு சுற்றுமுற்றும் பார்த்தார். ஆள் அரவம் இல்லை. ரயிலில் அடிபட்டு மாண்டுபோன பிரேதங்களை என்ன செய்ய வேண்டும் என்று அவருக்குச் சொல்லித் தரப்பட்டிருந்தது.

"சிவரகோட்டை ஸ்டேசன் தாண்டிட்டோம். திருமங்கலம் ரயில்வே ஸ்டேசன் எவ்வளவு தூரத்தில் இருக்கு?" என்றார்.

"இன்னும் இரண்டு நிமிசத்தில திருமங்கலம் போயிருவோம்" என்றார் ஒரு பயணி.

"சரி நீங்க ட்ரெயின்ல ஏறுங்க" என்று சொல்லி சங்கிலியை விடுவித்தார். நீராவிச் சத்தம் நின்றது. பச்சை விளக்கை

டிரைவருக்குக் காண்பித்து விசில் ஊதினார். திருமங்கலம் ஸ்டேசன் வந்தவுடன் ஸ்டேசன் மாஸ்டரிடம் தகவல் சொன்னார்.

பிரேதங்களைக் கைப்பற்றிய ரயில்வே போலீசார் எப்.ஐ.ஆர் போட்டு ரயில்வே ஆஸ்பத்திரி மார்ச்சுவரியில் வைத்தனர். இந்த விசயங்கள் எதுவுமே தெரியாதபடி பனங்காட்டில் தாணுமாலயன் இரவு முழுவதும் உட்கார்ந்திருந்தார்.

"எங்கேயும் எங்கிட்டச் சொல்லாம தேவான போகாதே. எங்க போச்சு" என்று யோசித்தபடி திருமங்கலம் போய்ப் பார்க்கலாம் எனக் கிளம்பினர். மூன்று கி.மீ. தாண்டியிருந்த ரயில்வே லைனைக் கடந்தபோது தண்டவாளங்களுக்கு மத்தியில் சிந்திய ரத்தத்தை நான்கு ஐந்து நாய்கள் நக்கிக் கொண்டிருந்தன. அவற்றின் கண்களில் தெரிந்த ரௌத்திரம் அச்சமூட்டியது. தாணுமாலயன் பாதையை மாற்றி ஆற்றங்கரை வழியாக நடக்க ஆரம்பித்தார்.

★

புலிக்குட்டி ஜம்பம் அடித்ததுபோல எம்எல்ஏ ஆகிவிட்டான். தேர்தல் முடிவு வந்த அன்று அவனது குடிகார நண்பர்கள் பண்ணிய சேட்டையை மறக்க முடியாது. பட்டுக்கட்டி பனந்தோப்புக் கயிற்றுக் கட்டிலில் படுத்துக்கிடக்கிறார்.

"கஸ்பா, இந்தப் பிள்ள தெய்வான புத்தியக் கடங் கொடுத்திருச்சே. நம்மகிட்ட ஒரு வார்த்தை சொல்லியிருக்க வேணாமா?"

"எங்கயாவது அவசரமா கிளம்பியிருப்பாங்க. வந்துருவாங்க பாருங்க. நானு வள்ளுவன கூட்டி வரச் சொல்லி தலையாரிய அனுப்பியிருக்கேன். வள்ளுவன்கிட்ட கேப்போம்."

கஸ்பாவும், லொடை பாண்டியும் பாதையைப் பார்த்தபடி உட்கார்ந்திருக்கிறார்கள்.

❖